வள்ளுவர் காட்டிய வைதீகம்

சாமி சிதம்பரனார்

Title: Valluvar Kaatiya Vaidheegam

Author: Sami Chidambaranar

Language: Tamil

First Published on: 1949

Year of Publication: 2026

Book Format: Paperback

*Page Size: 6inch * 9inch*

Category: Religious

Subject: Religious Essays

No. of pages: 84

ISBN: 978-81-686042-0-9

Published by: Nilan Publishers, Madurai, Tamilnadu, India

பொருளடக்கம்

ஆசிரியர் முகவுரை....4

முன்னுரை....5

முன்னோர் கருத்து....10

2. கடவுள்....17

3. விக்கிரக வணக்கம்....20

4. ஜாதி....21

5. ஆஸ்ரமம்....30

6. யாகம்....37

7. மறுபிறப்பு....39

8. நல்வினை தீவினை....42

9. ஊழ்வினை....44

10. சிரார்த்தம்....49

11. சுவர்க்கம் நரகம்....50

12. மோட்சலோகம்....53

13. பெண்கள்....56

14. புராணக் கொள்கைகள்....63

15. மாமிசமும் மதுவும்....70

16. முடிவுரை....77

குறிப்புகளுக்காக

ஆசிரியர் முகவுரை

ஒரு நூலைப் படிக்கும்போது அவ்வாசிரியரின் உண்மைக் கருத்தை உணரவேண்டும். இக்காலத்திற்கு ஏற்ற கருத்தை ஏற்றுக்கொள்ள வேண்டும். ஏலாத கருத்தை விட்டு விடவேண்டும். நமது கொள்கைக்கு ஏற்ப ஒருவருடைய கருத்தை மாற்றிப் பொருள் கொள்வது முறையல்ல. இம்முறை அந்த நூலாசிரியர்க்குப் பெருமையளிப்பதல்ல. இதுவே எனது கருத்து.

இந்த முறையில் பழய நூல்களை ஆராய்ச்சி செய்வது தான் பழங்காலத்து மக்களின் நாகரிகத்தை அறிந்து கொள்ளுவதற்கு இடந்தரும்; சரித்திர ஆராய்ச்சிக்கும் துணை செய்யும். இன்று சிலர் திருக்குறளுக்குத் தங்கள் மனம்போனவாறு பொருள் கூறுகின்றனர். அவர் கருத்தை மாற்றிக் கூற முன் வருகின்றனர். அவ்வாசிரியர் காலத்தில் வழங்காத கொள்கை களை வழங்கிற்று என்று காட்ட முன்வருகின்றனர். இச்செயல் நடுநிலைமையான ஆராய்ச்சி முறைக்கு ஏற்றதன்று என்பதை அறிஞர்கள் உணரவேண்டும். இந்நோக்கத்துடனேயே இச்சிறு புத்தகத்தை வெளியிடுகிறேன். இந்நோக்கத்தை அறிஞர்கள் வரவேற்பார்கள் என்பதே எனது நம்பிக்கை.

இந்நூலுக்கு அரிய முன்னுரை ஒன்றை அன்பர் S. ராமநாதன் அவர்கள் அளித்துள்ளார். சிந்தனைக்குரிய விஷயங்கள் பல அதில் உள்ளன. படித்து உண்மை யுணர வேண்டுகின்றேன்.

1-1-1949
சென்னை

சாமி. சிதம்பரன்

முன்னுரை

திருக்குறள் பல நூற்றாண்டுகளுக்குமுன் எழுதப்பட்ட நூல். அக்காலத்தில் தமிழர் அடைந்திருந்த நாகரிகத்தையும் அவர்களுடைய பழக்க வழக்கங்களையும் அடிப்படையாகக் கொண்டு, அந்த நாகரிகத்திலும் பழக்க வழக்கங்களிலும் சீர்திருத்தத்தை உண்டாக்க வேண்டித் திருக்குறள் ஆசிரியர் செய்த முயற்சியே குறள் நூலாக உருவமாயிற்று. பழங்காலத் திலிருந்த ஒரு அறிவாளி அவர் காலத்து மக்களிடம் அவர் கண்ட பழக்க வழக்கங்களை ஆராய்ந்து, அவருக்கு நல்லவை என்று தோன்றியவற்றைச் சிறப்பித்தும், கெட்டவை என்று தோன்றியவைகளைக் கண்டித்தும் குறள் இயற்றினார்.

குறளாசிரியரின் சொல் வன்மையைப் பற்றியும், புத்தி நுட்பத்தைப் பற்றியும், தமது முன்னோர் என்ற முறையில் ஒவ்வொரு தமிழனும் பெருமை கொள்ளலாம். குறளில் வற்புறுத்தப்பட்ட பல ஒழுக்கங்கள் இன்றும், இந்த இருபதாம் நூற்றாண்டிலும், நல்லொழுக்கங்களாகவே கருதப்பட்டு வருவது தமிழ் மக்களுக்கும், தமிழ் பாஷைக்கும் பெருமை கொடுக்கத் தக்கதே.

இக்காலத்தில், குறளாசிரியர் வாழ்ந்து குறைந்த பட்சம் ஒரு ஆயிரத்து ஐந்நூறு ஆண்டுகளாவது கழிந்த பிறகு, குறளைப் படிப்பவர்கள் ஆராய்ச்சி மனப்பான்மையுடன் மனித சரித்திரத்தில் இந்தப் பன்னெடுங் காலத்தில் ஏற்பட்டிருக்கும் பல புரட்சிகளையும் மனதில் நிறுத்திப் படிக்கவேண்டும்.

அப்படி ஆராய்ச்சி செய்பவர்களுக்குக் குறளிலும் சில குற்றங்கள் தோன்றத்தான் செய்யும். இது இயற்கை. ஒரு ஆயிரத்து ஐந்நூறு வருஷத்தில் மனித சமூகம் எவ்வளவோ மாறுதல்களை அடைந்துவிட்டது. ஒரு பெண் இறந்த தன்

கணவனின் பிணத்தோடு கொளுத்தப்படவேண்டும் என்பது ஒரு நூறு வருஷத்திற்கு முன்பு சிறந்த ஒழுக்கமென வற்புறுத்தப்பட்டது. இன்று அப்படிப்பட்ட செயலுக்கு உடந்தையாக இருப்பவர் குற்றவாளிகள் எனத் தண்டிக்கப் படுவர். உலகத்தில் எல்லாத் தேசத்தினரும் தங்கள் பழக்க வழக்கங்களிலும், அந்தப் பழக்க வழக்கங்களுக்குக் காரணமாக உள்ள ஒழுக்கம், நன்மை, தீமை என்ற எண்ணங்களிலும், கொள்கைகளிலும், தீவிர மாறுதல்கள் செய்து கொண்டிருக்கின்றனர். விஞ்ஞான வளர்ச்சியினாலும், போக்கு வரவு சாதனங்கள் மிகுந்தபடியாலும், பல தேசத்து மக்கள் நெருங்கிப் பழகச் சவுகரியம் ஏற்பட்ட படியாலும், மனிதர்கள் தங்கள் எண்ணங்களிலும், தேவைகளிலும் ஒருவரைப் பார்த்து ஒருவர் அநேக மாறுதல்களைச் செய்து கொண்டனர்.

ஒவ்வொரு தேசத்திலும் காலத்திற்கேற்ப அறிவாளிகளினால் இயற்றப்பட்ட நூல்கள் அந்தந்தக் கால தேச மாறுபாடுகளைக் குறிக்கின்றன. இங்கிலாந்தில் சாசர் காலத்து உண்மை ஒழுக்கம் வேறு, ஷேக்பியர் காலத்து உண்மை ஒழுக்கம் வேறு, பர்னார்ட்ஷா காலத்து உண்மை ஒழுக்கம் வேறு, இந்தக் கால வேறுபாட்டினால் சாசருடைய பெருமையோ, ஷேக்பியருடைய பெருமையோ குறைந்துவிடவில்லை.

அது மாதிரியே குறள் ஆசிரியர் காலத்து உண்மையும் ஒழுக்கமும் வேறு. இந்த இருபதாம் நூற்றாண்டில் வாழும் தமிழரின் உண்மை ஒழுக்கம் வேறு. இந்த வேற்றுமையால் குறளாசிரியரின் பெருமை எள்ளளவும் குறைந்த பாடில்லை. குறளில் கண்டது முழுவதும் இன்றைக்கும் உண்மையாயிருக்கு மானால் குறளாசிரியர் மனிதனாயிருந்திருக்க முடியாது. தேவனா யிருந்து தீர்க்க தரிசனம் பெற்றிருக்க வேண்டும். தெய்வீகத் தன்மையிலும் தீர்க்க தரிசனத்திலும் நம்பிக்கையில்லாமல், மனித அறிவையே பிரதானமாகக் கொண்டவர்கள் குறளாசிரியரைத்

தெய்வமாக வணங்க மாட்டார்கள். ஷேக்பிரியர் போன்ற ஒரு அறிவாளி யென்றே கொண்டாடுவார்கள். குறளில் உள்ள வாக்கியங்களைப் பண்டைத் தமிழரின் நாகரித்தைப்பற்றிய ஆராய்ச்சிக்குப் பயன்படுத்திக் கொள்வார்களே ஒழிய இன்றைய காலத்து நவீனத் தமிழரின் ஒழுக்கத்துக்கு வழிகாட்டியாகக் கொள்ள மாட்டார்கள்.

ஒரு மனிதனை மனிதனாக பாவித்தால்தான் அந்த மனிதனுடைய பெருமை அவனைச் சாரும் அவனைத் தெய்வமாக வணங்க ஆரம்பித்தால், அவனுடைய பெருமை முழுதும் அவனைச் சாராமல், ரூபமில்லாத உணர்ச்சியில்லாத தெய்வம் எனப்பட்ட ஒரு வஸ்துவைச் சாரும் உலக மக்களுக்கு நன்மை செய்வதில் தங்களுடைய வாழ்க்கையைத் தியாகஞ் செய்த பல அறிவாளிகள் இந்த ஆபத்தில் சிக்கித் தெய்வமாக்கப்பட்டு விட்டார்கள். இவ்வித ஆபத்து திருவள்ளுவர்க்கு ஏற்பட்டிருப்பதைக் கண்டு துயரப்பட்ட காரணத்தாலேயே நண்பர் சிதம்பரனார் திருக்குறள் ஆராய்ச்சியில் ஈடுபட்டு இச்சிறு நூலை எழுதினார்.

சமகிருத பாஷையில் உள்ள சுருதி, மிருதிகளின் சாராம்சத்தையே குறளில் திரட்டிக் கூறப்பட்டிருக்கிறது. ஜாதிபேதம், நால்வகை ஆரம தர்மம், பெண்ணடிமை, பிறவியால் ஏற்பட்ட குல விசேஷம், சுவர்க்கம், நரகம், கர்மம், மறுபிறப்பு எனப்பட்ட கொள்கைகள் இக்காலத்துக்கு ஒவ்வாதவை. ஆனால் வள்ளுவரால் ஆமோதிக்கப்பட்டவை, இதனால் வள்ளுவரின் பெருமை குன்றாது. ஜாதிபேதம் கூடாது என்பது வள்ளுவருக்குப் பிற்காலத்தில் தோன்றிய கொள்கை கர்மம், மறுபிறப்பு என்னும் கொள்கைகளை விட்டு பகவான் புத்தராலேயே மீற முடியவில்லை. ரயில் வண்டியையும், ஆகாய விமானத்தையும் எப்படிக் குறளாசிரியர் எதிர்பார்க்கவில்லையோ, அப்படியே மேலே சொல்லப்பட்ட பல கொள்கைகளைப் பிற்காலத்து மக்கள் உதறித் தள்ளுவார்கள் என்று எதிர்பார்க்கவில்லை.

குறளாசிரியர் மாமிச போஜனத்தையும் மதுவருந்துதலையும் கூடாவொழுக்கமெனக் கூறுகிறார். வள்ளுவர் காலத்தில் தமிழரிடம் புகையிலைப் பழக்கம் இல்லை. இருந்திருக்குமானால் சுருட்டு, சிகரெட், பீடி, மூக்குப்பொடி முதலியவைகளைக் கண்டித்து ஒரு அதிகாரமாவது எழுதியிருப்பார். நவீன உலகத்தில் இவற்றைக் கண்டிப்பவரும் உண்டு, போற்றுபவரும் உண்டு. வயிறார உண்பதற்கு ஒருவேளை உணவுக்கும் வழியில்லாத கோடிக்கணக்கான மக்கள் வதியும் இந்நாட்டில் மீன் மாமிசம் போன்ற சத்துள்ள மலிந்து உணவுப் பதார்த்தங்களை நீக்கினால் பஞ்சமும் நோயும் பயங்கரமாகப் பரவுமென்பதில் ஐயமில்லை. மாமிசம் நீக்கப்படாத இக்காலத்திலேயே வெளிநாடுகளிலிருந்து உணவுப் பொருள்கள் இறக்குமதி செய்யப்பட வேண்டியிருக் கையில் மாமிச பகிஷ்காரம் செய்வது எங்ஙனம்?

மதுவிலக்கு ஒரு தடவை அமெரிக்காவில் கையாளப் பட்டு, அதனால் கள்ள விற்பனையும் பலாத்காரக் குற்றங்களும் அதிகப்பட்டுப் பொது மக்களின் ஒழுக்கம் கெட்டுவிடுவதாக அனுபோகத்தில் கண்டுபிடித்த பிறகு கைவிடப்பட்டது. அதே மதுவிலக்குக் கொள்கை சுதந்தர இந்தியாவில் பலவிடங்களிலும் கையாளப்படுவதால், அமெரிக்காவில் அனுபோகத்தில் ஏற்பட்ட பலவித தீமைகளும் இங்கும் ஏற்பட்டு வருகின்றன. அமெரிக்காவில் நடந்தது போலவே இந்தியாவிலும் மதுவிலக்குக் கொள்கை கைவிடப்படலாம்.

வேதகாலத்து ஆரியர் யாகம் என்ற பெயரால் மாமிசத்தை நெருப்பிலிட்டு வாட்டி, சோமா என்னும் ஒரு மதுபானத்தை அருந்திக் களிப்புற்றனர். இவ்வித யாகமே ஆரியர்களின் முக்கிய கடமையாக வேதத்தில் பணிக்கப் பட்டிருக்கிறது. பழங்காலத்துத் தமிழ் மக்களும் வேடர்களாய்க் காட்டில் உள்ள பிராணிகளை வேட்டையாடி அவற்றின் மாமிசத்தைப் புசித்துக் கள்ளுண்டு களிப்பதே அவர்களின் பெருமை தங்கிய

பழக்கமெனப் பழந்தமிழ். நூல்களில் காணப்படுகிறது. குறளாசிரியர் கோரிய இந்த இரண்டு சீர்திருத்தங்களும் மனித இயற்கைக்கு விரோதமா யிருப்பதால், அவை பல நூற்றாண்டுகளுக்குப் பின்னும் நிறைவேறவில்லை.

இப்படி அனுபோகத்துக்கு ஒத்துவராததும், அனுபவித்துக் கூடாவொழுக்கமென நீக்கப்பட்டதுமான பல விஷயங்கள் குறளில் காணப்படுவதை இச்சிறிய ஆராய்ச்சி நூலின் விளக்கப் பட்டிருக்கின்றன. இவைகளிலிருந்து குறள் எனப்படுவது தெய்வ வாக்கல்ல, ஒரு உயர்ந்த அறிவுள்ள தமிழ் மகனால் எழுதப் பட்டது என்பது புலப்படுகின்றது. தெய்வ சிருஷ்டியானால் மனிதன் தன் அறிவால் அதை ஆராய்ச்சி செய்ய முடியாது. ஆரியவேதமும், கிறிதுவ பைபிளும், இலாமி குரானும் தெய்வ வாக்கானபடியால் அவை மனித சிந்தனைக்கு அப்பாற்பட்டவையாகும். அவற்றை வைத்து வணங்கி, அவற்றில் உள்ளவைகளை அப்படியே ஒப்புக்கொள்வதுதான் மனிதன் கடமையாகும். ஆனால் குறளை அம்மாதிரித் தலைவணங்கி அப்படியே ஒப்புக்கொள்ள வேண்டிய அவசியமில்லை. தமிழன் குறளைக்கண்டு மிரளாமல், தன் சுய சிந்தனையால் அதனை அலசி ஆராய்ந்து பார்த்து, பழங்காலத்துத் தமிழன் என்ன என்ன எண்ணங்களை எண்ணினான், என்னென்ன பழக்கங்களைக் கையாண்டு எவ்வித வாழ்க்கை நடத்தினான், அவன் முன்னேற்றம் அடைய எந்த மாதிரியான சீர்திருத்தங்கள் வேண்டுமென்று ஆசைப்பட்டான், என்ற உண்மைகளைச் சித்திரத்தில் காண்பதைப் போலக் குறளில் கண்டு ஆனந்திப்பான். இம்முறையினாலேயே தமிழன் பண்டைப் பெருமையும், குறளாசிரியரின் உன்னத நிலைமையும் பிரகாசிக்கும்.

1-1-1949

சென்னை.

S. ராமநாதன்

திருக்குறள் ஆராய்ச்சி
வள்ளுவர் காட்டிய வைதீகம்

முன்னோர் கருத்து

திருக்குறள் ஒரு நீதிநூல். இதை இயற்றியவர் திருவள்ளுவர். அவர் வாழ்ந்த காலத்தில் எவை எவை மக்கள் அநுசரிக்க வேண்டிய ஒழுக்கங்கள் என்று கருதப் பட்டனவோ அவைகளை, அவர் தமது நூலில் திரட்டிக் கூறியிருக்கிறார்:

எல்லாப் பொருளும் இதன்பால் உள இதன்பால்
இல்லாத எப்பொருளும் இல்லையால்

வேதம், உபநிஷதம், புராணம், மிருதி ஆகியவைகளில் சொல்லப்படும் எல்லா தர்மங்களும் திருக்குறளில் இருக்கின்றன. திருக்குறளில் இல்லாத விஷயங்கள் ஒன்றும் அந்த வேத உபநிஷத புராண மிருதிகளில் இல்லை.

சாற்றிய பல்கலையும் தப்பா அருமறையும்
போற்றி உரைத்த பொருள்எல்லாம் - தேற்றவே
முப்பால் மொழிந்த முதற்பாவலர் ஒப்பார்
எப்பாவலரினும் இல்.

பல சாதிரங்களும், வேதங்களும் கூறியிருக்கின்ற பொருள்களை யெல்லாம் எல்லோரும் தெரிந்து

கொள்ளும்படி மூன்று பகுதியாக வகுத்துக் கூறிய திருவள்ளுவரைப் போன்ற புலவர்கள் யாருமே இல்லை.

செய்யா மொழிக்கும் திருவள்ளுவர் மொழிந்த
பொய்யா மொழிக்கும்பொருள் ஒன்றே.

வேதத்திற்கும், திருவள்ளுவர் கூறிய திருக்குறளுக்கும் அர்த்தம் ஒன்றுதான்.

எப்பொருளும் யாரும் இயல்பின் அறிவுறச்
செப்பிய வள்ளுவர்தாம் செப்பவரும் - முப்பாற்குப்
பாரதம் சீராமகதை மனுப் பண்டைமறை
நேர்வன; மற்றில்லை நிகர்.

எல்லா விஷயங்களையும் எல்லோரும் அறிந்து கொள்ளும் படி சொல்லியிருக்கின்ற திருவள்ளுவருடைய திருக்குறளுக்கு பாரதம், ராமாயணம், மனுதர்ம சாதிரம், வேதங்கள் இவைகளையே ஒத்த நூல்களாகக் கூறலாம். இவைகளைத் தவிர வேறு ஒன்றையும் திருக்குறளுக்குச் சமமாகக் கூற முடியாது.

இன்பம் பொருள்அறம் வீடுஎன்னும் இந்நான்கும்
முன்பு அறியச்சொன்ன முதுமொழிநூல் - மன்பதைகட்கு
உள்ள அரிதென்று அவை வள்ளுவர் உலகம்
கொள்ள மொழிந்தார் குறள்.

முற்காலத்திலே, அறம், பொருள், இன்பம், வீடு என்னும் நான்கு விஷயங்களைப் பற்றியும் விளக்கமாகக் கூறியிருக்கின்ற சமகிருத வேதத்தைப் பொது ஜனங்கள் படித்துத் தெரிந்து கொள்ள முடியாதென்பதைத் திருவள்ளுவர்

உணர்ந்து, அவ்வேதத்தில் உள்ள விஷயங்களை எல்லோரும் தெரிந்து கொள்ளும்படி திருக்குறளாக எழுதினார்.

வேத விழுப்பொருளை வெண்குறளால் வள்ளுவனார்

ஓத வழுக்கற்றது உலகு.

வேதத்தில் கூறப்பட்ட சிறந்த விஷயங்களைத் திருவள்ளுவர் திருக்குறள் மூலம் சொல்லி யிருப்பதனால் உலகத்தாரின் ஒழுக்கம் கெடாமல் காப்பாற்றப்பட்டது.

வேதப் பெருளை விரகால் விரித்து உலகோர்

ஓதத் தமிழால் உரை செய்தார்.

வேதத்தில் உள்ள விஷயங்களை உலகத்தார் படித்துத் தெரிந்து கொள்ளும்படி, திறமையுடன் விரிவாகத் தமிழில் எழுதினார் திருவள்ளுவர்.

மேலே காட்டிய பாடல்கள் எல்லாம் பழந்தமிழ்ப் பாடல்கள். திருக்குறளையும் திருவள்ளுவரையும் பாராட்டிக் கூறப்பட்டவை. இவை திருவள்ளுவமாலை என்னும் நூலில் காணப்படுபவை.

தேவர் குறளும் திருநான் மறை முடிவும்

மூவர் தமிழும் முனிமொழியும் - கோவை

திருவாசகமும் திருமூலர் சொல்லும்

ஒரு வாசகம் என்று உணர்.

திருவள்ளுவர் இயற்றிய திருக்குறள், வேதங்களின் முடிவுகளைக் கூறும் உபநிஷதங்கள், சம்பந்தர், அப்பர், சுந்தரர் இம்மூவரும் பாடிய தேவாரங்கள் வேதாந்த சூத்திரம் என்று

சொல்லப்படும் வியாச சூத்திரம், திருக்கோவையார், திருவாசகம், திருமூலரால் பாடப்பட்ட திருமந்திரம் ஆகிய இவைகள் எல்லாம் ஒரே விஷயத்தைக் கூறும் நூல்கள் என்று தெரிந்து கொள்ளுக.

இப்பாட்டு அவ்வையார் பாடியதாக வழங்குகிறது. இன்றும் பள்ளிக்கூடப் பிள்ளைகள் இப்பாட்டைப் படித்து வருகின்றனர்.

இப்பாடல்களிலிருந்து திருவள்ளுவர் வேத சாதிரங்களை நன்றாகக் கற்றறிந்தவர், வடமொழியிலிருந்த வேதானுஷ்டானங் களைத் தமிழ் மொழியிலும் வெளியிட வேண்டும் என்னும் ஆவலுடனேயே திருக்குறளை இயற்றினார் என்னும் உண்மையை உணரலாம்.

திருவள்ளுவர் முன்னோர்களின் கொள்கைக்கு மாறாக எதுவும் சொல்லவில்லை, பல நூல்களில் உள்ள விஷயங்களைப் பலருக்கும் புரியும்படி திரட்டித் தெளிவாகக் கூறியிருக்கிறார். இக்காரணத்தாலேயே இவரை இவர் காலத்துப் புலவர்கள் 'தெய்வப் புலவர்' என்று புகழ்ந்தனர்.

திருவள்ளுவர் திருக்குறளை எழுதிய காலத்தில் வடமொழியிலே யிருப்பது போன்ற மிருதிகளும் நீதிநூல்களும் தமிழிலே இல்லை. மக்கள் இம்மாதிரிதான் வாழ்க்கை நடத்தவேண்டும் என்று கட்டளையிடும் நூல்களுக்கு மிருதிகள் என்று பெயர். மிருதிகள் வடமொழியில்தான் எழுதப்பட்டிருக்கின்றன. இத்தகைய மிருதிகள் தமிழிலே இல்லை.

இத்தகைய காலத்தில்தான் திருக்குறள் எழுதப்பட்டது. இது மக்களுக்கு நீதி புகட்டும் முறையில் புதிதாகத் தமிழில் எழுதப்பட்டமையால் அக்காலப் புலவர்கள் திருக்குறளைத்

தமிழ் வேதம் என்று கொண்டாடினர். திருவள்ளுவரைப் பிரம்ம தேவன் அவதாரம் என்றும் கூறினர்.

இக்காலத்தில் திராவிடர் கலாச்சாரம் வேறு ஆரியர் கலாச்சாரம் வேறு என்று சொல்லிக் கொண்டிருக்கின்ற சிலர் திருக்குறளில் திராவிடர் கலாச்சாரத்தைக் காணலாம்; திருக்குறள் திராவிடர் கலாசாரத்தை விளக்கும் நூல்; திருக்குறள் திராவிடர் கலாச்சாரத்தை வளர்க்க வழிகாட்டும் என்று கூறுகின்றனர். இந்தக் கூற்றுக்குத் திருக்குறளில் ஆதாரமேயில்லை.

ஆரியர் என்று சொல்லப்படுகிறவர்கள், வேதம், அதை யொட்டிய புராண மிருதிகளில் எந்த ஆச்சார அனுஷ்டானங்களை விளக்கி யிருக்கிறார்களோ, அவற்றையே தமிழில் திருக்குறள் ஆசிரியர் விளக்கியிருக்கிறார். திருக்குறளில் காணப்படும் எல்லா விஷயங்களையும் சமகிருத நூல்களாகிய வேத புராண மிருதிகளிலும் காணலாம்.

சிலர் தமிழிலிருந்துதான் பல விஷயங்களை வடநூலார் கடன் வாங்கினர் என்கின்றனர்; சிலர் வடமொழியிலிருந்து தான் பல விஷயங்களைத் தமிழ் நூலார் கடன் வாங்கினர் என்கின்றனர். இவர்கள் கூறுவதன் உண்மை எப்படி யிருந்தாலும், இரண்டு மொழி நூல்களிலும் சொல்லப்படும் ஆச்சார அனுஷ்டானங்கள் எல்லாம் ஒன்றேதான். இதற்குத் திருக்குறளே தகுந்த அத்தாட்சி.

திருக்குறளில் உள்ள மொத்த பாடல்கள் 1330. பத்துப் பாடல்கள் கொண்டது ஒரு அதிகாரம். மொத்தம் 133 அதிகாரம். ஒவ்வொரு அதிகாரத்திற்கும் தனித் தனித் தலைப்பெயர் உண்டு.

திருக்குறள் மூன்று பகுதியாகப் பிரிக்கப்பட்டிருக்கிறது. முதல் பகுதி அறத்துப் பால், இரண்டாவது பகுதி பொருட் பால், மூன்றாவது பகுதி காமத்துப்பால்.

அறத்துப் பாலில் இல்லறவியல் துறவறவியல் என்று இரண்டு பிரிவுண்டு. இல்லறவியலில் கிரகதாரமத்தில் இருப்பவன் செய்ய வேண்டிய கடமைகள் சொல்லப்படுகின்றன. துறவியலில் சந்நியாச ஆரமத்தில் இருப்பவன் செய்யவேண்டிய கடமைகள் கூறப்படுகின்றன.

பொருட்பாலில் அரசியல், அங்கவியல், ஒழிபியல் என்று மூன்று பிரிவுகள் உண்டு. அரசனுடைய கடமைகளைப் பற்றியும், அரசாட்சி செய்யவேண்டிய முறைகளைப் பற்றியும் கூறுவது அரசியல், அரசாட்சிக்கு வேண்டிய அங்கங்களைப் பற்றியும், அந்த அங்கங்களின் ஒழுங்கு பற்றியும் கூறப்படுவது அங்கவியல், இவைகளில் விட்டுப்போன விஷயங்களைப் பற்றிக் கூறுவது ஒழிபியல்.

காமத்துப்பாலில் களவியல், கற்பியல் என்று இரண்டு பிரிவு. களவியலில் வயது வந்த ஒரு ஆடவனும், வயது வந்த ஒரு பெண்ணும் இரகசியமாக ஒருவரை ஒருவர் காதலித்து வாழும் நடப்பு முறை கூறப்படுகிறது. கற்பியலில் அவர்கள் வெளிப்படை யாக மணம் செய்துகொண்டு வாழும் முறை சொல்லப்படுகிறது.

ஒவ்வொரு இயலிலும் பல அதிகாரங்கள் உண்டு.

கிரகதன், சந்நியாசி, அரசன்,அரசனுடைய பரிவாரங்கள் இவர்களுக்கு ஆரிய சாதிரங்களில் விதிக்கப்பட்டிருக்கும் கடமைகளையே திருவள்ளுவரும் கூறியிருக்கிறார்.

திருவள்ளுவர் பல பாடல்களில் என்ப என்ற சொல்லை உயர்திணைப் பன்மையில் உபயோகித்திருக்கிறார். என்ப என்றால், என்பார்கள், என்று சொல்லுவார்கள் என்று பொருள். முந்திய நூலோர்கள் இவ்வாறு சொல்லுவார்கள் பெரியோர்கள் இவ்வாறு சொல்லுவார்கள் என்ற கருத்திலேயே பழய தமிழ் நூல்களில் என்ப என்னும் சொல் வழங்கப்பட்டு வருகின்றது. திருக்குறளில் என்ப என்னும் சொல் வந்திருப்பதிலிருந்தே அவர் முன்னோர் நூல்களின் கொள்கைகளைத் திரட்டிக் கூறுகிறார் என்பதில் ஐயமில்லை.

திருவள்ளுவர்க்குள்ள சிறப்பெல்லாம் தமிழில் பல நூல்களின் சாரங்களையும் திரட்டி ஒழுங்குபடுத்தித் தெளிவாகக் கூறியிருப்பது ஒன்றுதான். இதேபோன்ற நூல் வேறு ஒன்றும் இவ்வளவு அழகாக சுருக்கமாகத் தமிழில் எழுதப்படவில்லை என்பது உண்மை.

திருவள்ளுவர் கூறியிருப்பவைகள் வேத புராண மிருதிகளின் சாரங்கள்தாம் என்பதை விளக்குவதற்குத் திருக்குறளி லிருந்தே சில பாகங்களை எடுத்துக் காட்டுகிறோம். அவற்றைப் படித்தாலே திருவள்ளுவரின் நோக்கத்தைத் தெரிந்து கொள்ளலாம்.

2. கடவுள்

அகரம் முதல எழுத்தெல்லாம், ஆதி
பகவன் முதற்றே உலகு. (1)

எழுத்துக்கள் எல்லாம் அ என்ற எழுத்தைத் தலைமையாகக் கொண்டிருக் கின்றன. அதுபோல உலகம் ஆதி பகவனாகிய கடவுளைத் தலைமையாகக் கொண்டிருக் கின்றது.

கற்றதனால் ஆயபயன் என்கொல்? வால்அறிவன்
நற்றாள் தொழஅர் எனின். (2)

மாசற்ற அறிவுடைய கடவுளின் பாதங்களை வணங்கா ராயின், படித்தவர்களுக்கு அப் படிப்பினால் என்ன பயன்? படிப்பின் பயன் கடவுளை வணங்குதல்.

வேண்டுதல் வேண்டாமை யிலான் அடி சேர்ந்தார்க்கு
யாண்டும் இடும்பை இல. (4)

ஆசையும் வெறுப்பும் அற்றவனாகிய கடவுளின் பாதங்களை அடைந்தவர்க்கு எக்காலத்திலும் துன்பம் இல்லை.

பொறிவாயில் ஐந்து அவித்தான் பொய்தீர் ஒழுக்கம்
நெறிநின்றார் நீடுவாழ்வார். (6)

மெய், வாய், கண், மூக்கு, காது என்னும் ஐந்து பொறிகளின் மூலம் உண்டாகின்ற ஐந்து வகையான ஆசைகளையும் ஒழித்தவனாகிய கடவுளின் உண்மையான ஒழுக்கம் நெறியைப் பின்பற்றி நடப்பவர்கள் நிலைத்து வாழ்வார்கள்.

தனக்கு உவமை இல்லாதான் தாள் சேர்ந்தார்க்கு அல்லால்
மனக்கவலை மாற்றல் அரிது. ***(7)***

ஒப்பற்ற கடவுளின் பாதத்தை அடைந்தவர்கள் தாம் மனக்கவலை யில்லாமல் வாழ்வார்கள்; மற்றவர்களால் மனக்கவலை யில்லாமல் வாழ முடியாது.

கோள் இல் பொறியில் குணம்இலவே, எண்குணத்தான்
தாளை வணங்காத் தலை. ***(9)***

கடவுளின் பாதத்தை வணங்காத தலை, தம்முடைய தொழிலைச் செய்யாத ஐம்பொறிகளைப் போல பயனற்றது.

பற்றுக பற்றற்றான் பற்றினை, அப்பற்றைப்
பற்றுக பற்று விடற்கு ***(350)***

ஆசையற்றவனாகிய கடவுளின்மேல் அன்பு செலுத்துவதை மாத்திரம் மனதில் வைத்துக்கொள். அந்த அன்பையும் தன் சரீரத்தின்மேல் உள்ள ஆசை நீங்குவதற்காகவே மனதில் கொள்ளுக.

இரந்தும் உயிர் வாழ்தல் வேண்டில் பரந்து
கெடுக உலகு இயற்றியான். ***(1062)***

இவ்வுலகத்தைப் படைத்த கடவுள், மக்கள் பிச்சையெடுத்தாவது உயிர்வாழ வேண்டுமென்று விரும்பு

வானாயின், அவனும் பிச்சை யெடுப்பாரைப்போல அலைந்து ஒழிக.

திருக்குறளில் முதல் அதிகாரம் கடவுள் வாழ்த்து. முதல் பாட்டு அகரமுதல எழுத்தெல்லாம் என்று தொடங்குவது. கடவுள் இல்லாமல் உலகம் இல்லை என்று கூறுகிறது.

உலகைப் படைத்தவர் கடவுள், அவரை வணங்குவது மக்கள் கடமை, கடவுளை வணங்குகிறவர்கள் தாம் சுகமடைவார்கள், மனக் கவலையின்றி வாழ்வார்கள், வணங்காதவர்கள் துன்பம் அடைவார்கள். என்ற விஷயங்களை மேலே எடுத்துக் காட்டிய பாடல்களிலிருந்து தெரிந்து கொள்ளலாம்.

3. விக்கிரக வணக்கம்

சிறப்பொடு பூசனை செல்லாது வானம்
வறக்குமேல் வானோர்க்கும ஈண்டு. ***(18)***

மழை பொய்யாவிட்டால் இவ்வுலகில் தெய்வங்களுக்குக் கூட திருவிழாவும் பூஜையும் நடக்காது.

குறிப்பிட்ட சில நாட்களில் குதூகலமாகக் கொண்டாடுவது திருவிழா; தினந்தோறும் செய்வது பூஜை. பூஜையை நித்தியம் என்றும், திருவிழாவை நைமித்திகம் என்றும் கூறுவர்.

தெய்வத்தைத் தினந்தோறும் பூஜை செய்யவேண்டுமானால் அதற்கென ஒரு இடம் வேண்டும். அந்தத் தெய்வத்தைக் குறிக்க ஒரு அடையாளம் வேண்டும். இந்த அடையாளம் எந்த வகையில் இருந்தாலும் அது ஒரு உருவமாகி விடுகின்றது. இந்த உருவத்தை ஒரு குறிப்பிட்ட காலத்தில் கொண்டாடுவதுதான் திருவிழா.

திருவள்ளுவர் காலத்தில் தமிழ் நாட்டில் உருவ வணக்கம் இருந்தது, திருவள்ளுவரும் அதை ஆதரித்தார் என்று இந்தக் குறளின் மூலம் தெரிந்து கொள்ளலாம்.

4. ஜாதி

ஒழுக்கம் உடைமை குடிமை, இழுக்கம்
இழிந்த பிறப்பாய் விடும். ***(133)***

தன் குலாச்சாரத்தை அனுசரிப்பதே நல்ல குடியில் பிறந்ததற்கு அடையாளம். அவ்வாசாரத்தைக் கைவிடுதல் அவனை, அவன் பிறந்த குலத்தைக் காட்டிலும்இழிந்த குலத்தில் பிறந்தவனாக, ஆக்கிவிடும்.

மறப்பினும் ஒத்துக் கொளல்ஆகும், பார்ப்பான்
பிறப்பொழுக்கம் குன்றக் கெடும். ***(134)***

பிராமண குலத்திலே பிறந்தவன் தன் வேதத்தை மறந்து விட்டாலும் மீண்டும் ஞாபகப்படுத்திக் கொள்ள முடியும், ஆனால் தன் குலாச்சாரத்திலிருந்து தவறி விடுவானாயின் அவன் உயர்வு கெட்டுப்போகும்.

பிராமணன் வேதத்தை மறந்தாலும் குலாச்சாரத்தை மறக்கக் கூடாது.

இந்த இரண்டு பாடல்களிலும் ஒவ்வொருவனும் தன் தன் குல தர்மத்தைக் காப்பாற்ற வேண்டும், குல தர்மத்தைக் காப்பாற்றுவது தான் பெருமை, குல தர்மத்தைக் காப்பாற்றாதவன் இழிந்தவனாவான், என்ற கருத்து அமைந்திருப்பதைக் காணலாம்.

அந்தணர் நூற்கும் அறத்திற்கும் ஆதியாய்
நின்றது மன்னவன் கோல். *(543)*

பிராமணர்களின் வேதத்திற்கும், வேத தர்மங்களுக்கும் பாதுகாவலாய் நின்றது மன்னவன் செங்கோல் ஆட்சி.

ஆபயன் குன்றும், அறுதொழிலோர் நூல்மறப்பர்,
காவலன் காவான் எனின். *(560)*

அரசன் சரியானபடி தேசத்தைக் காப்பாற்றா விட்டால் பசுக்களினால் வரும் பலன் குறையும்; ஆறுவகைத் தொழில்களையுடைய பிராமணர்கள் தங்கள் வேதத்தையும், தர்மத்தையும் மறந்து விடுவார்கள்.

பிராமணர்களுக்குரிய ஆறுவகைத் தொழில்; வேதம் ஓதுதல்; வேதத்தைச் சொல்லிக் கொடுத்தல்; யாகம் செய்தல்; யாகம் செய்து வைத்தல்; பிறருக்குப் பொருள் கொடுத்தல்; பிறர் கொடுக்கும் பொருளை வாங்கிக் கொள்ளுதல்.

பிராம்மணர்களையும், வேதங்களையும், வேத ஆச்சாரங் களையும் காப்பாற்ற வேண்டியது ஒரு நல்ல அரசாட்சியின் கடமை.

கொடுங்கோல் ஆட்சியில் பசுக்கள் வளர்வதில்லை; பிராமணர்கள் வேதம் ஓத மாட்டார்கள்; தங்கள் தர்மங்களையும் மறந்து விடுவார்கள். இதனால் நாட்டுக்குத் தீமையுண்டாகும்.

மேலே காட்டிய இரண்டு பாடல்களின் மூலம் இக்கருத்துக்களைக் காணுகின்றோம்.

இந்த இரு குறள்களிலும் பிராமண வருணம் ஒன்று உண்டு என்பது ஒப்புக்கொள்ளப்பட்டிருக்கிறது. இதனால், அடுத்த வருணங்களாகிய க்ஷத்திரிய, வைசிய, சூத்திர வருணங்களையும் திருவள்ளுவர் ஒப்புக் கொள்ளுகிறார். ஆனால் வெளிப்படையாக மற்ற வருணங்களைப் பற்றிச் சொல்லவில்லை. ஒவ்வொருவரும் தங்கள் குல ஒழுக்கத்தைப் பின்பற்றி நடக்கவேண்டும் என்று கூறுவதன் மூலம் மற்ற வருணங்களையும் ஒப்புக்கொள்ளுகிறார்.

வருண தர்மத்தைப் பின்பற்றி நடக்கவேண்டும் என்று சொல்லுவதற்கும், குல ஒழுக்கத்தைப் பின்பற்றி நடக்க வேண்டும் என்பதற்கும் பொருளில் வித்தியாசம் இல்லை; சொல்லில்தான் வித்தியாசம்.

இல் பிறந்தார்கண் அல்லது இல்லை, இயல்பாகச்
செப்பமும் நாணமும் ஒருங்கு. ***(951)***

நல்ல நடத்தையும், ஒழுக்கந் தவறி நடப்பதற்கு வெட்கப் படுதலும் பூரணமாக உயர்ந்த குடியில் பிறந்தவர்களிடந்தான் காணப்படும்; மற்றவர்களிடம் இக்குணம் தானாகக் காணப்படாது.

ஒழுக்கமும் வாய்மையும் நாணும் இம்மூன்றும்
இழுக்கார் குடிப்பிறந்தார். ***(952)***

உயர்ந்த குடியில் பிறந்தவர்கள் ஒழுக்கம், உண்மை, நாணம் இம்மூன்றிலிருந்தும் தவறமாட்டார்கள்.

நகை ஈகை இன்சொல் இகழாமை நான்கும்
வகை என்ப வாய்மைக் குடிக்கு. ***(953)***

உண்மையான உயர்ந்த குடியில் பிறந்தவர்க்குத் தன்னிடம் வரும் ஏழைகளைப் புன்சிரிப்புடன் வரவேற்றல், அவர்க்கு வேண்டியதைக், கொடுத்தல், இனிமையாகப் பேசுதல், தன்னிலும் கீழ்ப்பட்டவரைக் கேவலமாகப் பேசாமை இந்த நான்கு குணங்களும் உரிமையானவைகள் என்று கூறுவர்.

அடுக்கிய கோடி பெறினும் குடிப்பிறந்தார்
குன்றுவ செய்தல் இலர். ***(954)***

அளவற்ற கோடிக்கணக்கான செல்வம் கிடைப்பதா யிருந்தாலும் உயர்ந்த குடியில் பிறந்தவர் தம் ஒழுக்கம் கெடும் படியான காரியங்களைச் செய்யமாட்டார்கள்.

வழங்குவது உள்வீழ்ந்தக் கண்ணும் பழங்குடி
பண்பில் தலைப் பிரிதல் இன்று. ***(955)***

கொடுப்பதற்குரிய செல்வம் குறைந்துபோன காலத்திலும் பழமையான உயர்ந்த குடியில் பிறந்தவர்களின் குணம் கெட்டுப் போகாது.

சலம்பற்றிச் சால்பில செய்யார் மாசற்ற
குலம்பற்றி வாழ்தும் என்பார். ***(956)***

குற்றமற்ற குலாச்சாரத்தைப் பின்பற்றி வாழ்கின்றோம் என்று சொல்லுபவர்கள், தரித்திரம் காரணமாகவும் தகாத காரியங்களைச் செய்யமாட்டார்கள்.

குடிப்பிறந்தார் கண்விளங்கும் குற்றம் விசும்பின்
மதிக்கண் மறுப்போல் உயர்ந்து. ***(957)***

உயர்ந்த குடியில் பிறந்தவர்களிடம் உள்ள குற்றம், வானத்தில் உள்ள சந்திரனிடம் காணப்படும் கருமையைப் போல் எல்லோர்க்குந் தெரியும். ஆதலால் உயர்ந்த குடியில் பிறந்தவர்கள் ஒழுக்கந் தவறக்கூடாது.

நலத்தின்கண் நார்இன்மை தோன்றின் அவனைக்
குலத்தின்கண் ஐயப் படும். *(958)*

ஒருவனுடைய நல்ல குணங்களுக்கிடையே, அன்பில்லாமை காரணமாக உண்டாகின்ற கொடுஞ் செயல்கள் காணப்பட்டால் அவனைப்பற்றிச் சிந்திக்கத் தோன்றாது; அவன் பிறந்த குலத்தைப் பற்றியே சந்தேகம் தோன்றும்.

நிலத்தில் கிடந்தமை கால்காட்டும், காட்டும்
குலத்தில் பிறந்தார் வாய்ச்சொல். *(959)*

நிலத்தின் தன்மையை அதில் முளைத்த பயிர் காட்டி விடும். உயர்ந்த குலத்தில் பிறந்தவரின் குணத்தை அவர் பேசும் சொற்கள் காட்டிவிடும்.

மேலே காட்டப்பட்ட பாடல்கள் குடிமை என்னும் அதிகாரத்தில் உள்ளவை. உயர்ந்த குலத்தில் பிறந்தவர்கள் தாம் நல்லொழுக்க முடையவர்களாயிருப்பார்கள்; ஒழுக்கந் தவறி நடக்கமாட்டார்கள்; கெட்ட காரியங்களைச் செய்ய மாட்டார்கள்; கெட்ட சொற்களைப் பேசமாட்டார்கள்; கீழான குலத்தில் பிறந்தவர்கள் தாம் கெட்ட காரியங்களைச் செய்வார்கள்; இக் கருத்துக்கள் மேற்காட்டிய குறள்களிலே காணப்படுகின்றன. இதனால் பிறப்பினால்தான் மக்களுக்குள் உயர்வு தாழ்வுகள் உண்டாகின்றன; நல்லொழுக்கம் தீயொழுக்கம் தோன்றுகின்றன; என்பது திருவள்ளுவர் கருத்தென்று உணரலாம்.

இங்கே திருவள்ளுவர் குறிப்பிட்டிருக்கும் குடிமையென்பது ஜாதியல்ல. அதாவது பிராமண க்ஷத்திரிய, வைசிய, சூத்திர ஜாதிகளைக் குறிப்பிடவில்லை. தனிப்பட்ட ஒரு பரம்பரையைக் குடியென்றும், குலம் என்றும் குறிப்பிடுகிறார்.

இவர் கருத்துப்படி பிராமணர்களுக்குள் உயர்ந்த குடி, தாழ்ந்த குடி உண்டு; க்ஷத்திரியர்களுக்குள் உயர்ந்த குடிதாழ்ந்த குடி உண்டு; வைசியர்களுக்குள் உயர்ந்த குடி தாழ்ந்த குடி உண்டு; இதைப் போலவே சூத்திரர்களிலும் உயர்ந்த குடி தாழ்ந்த குடி உண்டு. இந்த உயர்ந்த குடி தாழ்ந்த குடி வேற்றுமை கூட பிறவியினால் தான் ஏற்படுகிறது என்பது அவர் கருத்து. ஆகவே பிறப்பினால் உயர்வு தாழ்வுடைய பல ஜாதிகள் உண்டு என்னும் கொள்கையைத் திருக்குறள் வலியுறுத்துவதைக் காணலாம்.

பிறப்பு ஒக்கும் எல்லாவுயிர்க்கும் சிறப்பு ஒவ்வா
செய்தொழில் வேற்றுமை யால். *(972)*

எல்லா வுயிர்களுக்கும் பிறப்பில் வேற்றுமையில்லை. ஆனால் அவரவர்கள் செய்கின்ற தொழில் வித்தியாசத்தால் உயர்வு தாழ்வு உண்டு.

இக்குறள் பெருமையென்னும் அதிகாரத்திலே கூறப் பட்டள்ளது. பிறப்பிலே மக்களுக்குள் வேறுபாடில்லை என்று இதில் சொல்லப்படவில்லை. உயிர்ப் பிராணிகள் எல்லா வற்றிற்கும் பிறக்கும் இயல்பு ஒன்று; பிறப்பில்லாமல் எந்த உயிரும் வாழ்வதில்லை என்றுதான் கூறப்படுகின்றது. மக்களுக்குள் பிறப்பினால் வித்தியாசம் இல்லை; பிறப்பினால் ஜாதி உண்டாகவில்லை; என்று இக்குறளுக்குப் பொருள் கூற இடமில்லை.

இக்குறளின் கருத்தைச் சிலர் சரியாகப் புரிந்துகொள்வ தில்லை. திருவள்ளுவர் மக்களுக்குள் பிறப்பினால் வித்தியாசம் இல்லை என்று கூறிவிட்டார்; அவர் ஜாதி வித்தியாசத்தை ஒப்புக் கொள்ளவில்லை; வருணாசிரம தருமத்தை ஆதரிக்க வில்லை; பிறப்பினால் வேற்றுமை யில்லையென்பதே தமிழர் நாகரிகத்தின் சின்னம்; இதுவே தமிழருடைய தனிக் கலாச்சாரம். திருவள்ளுவர் தமிழருடைய தனிப்பட்ட கலாச்சாரத்தை இக்குறளின் மூலம் எடுத்துக் காட்டி விட்டார்; என்று சிலர் கூறுகின்றனர். திருக்குறளில் பெரும் பாகத்தில் ஒப்புக்கொள்ளப் பட்ட கொள்கையை இந்த ஒரு குறளில் மறுக்கப்பட்டதாகக் கூறுவது பொருத்தமற்றது.

மக்களுக்குள் பிறப்பினால் வேற்றுமையில்லை என்று அர்த்தம் பண்ணுவதா இருந்தால் இது திருவள்ளுவரால் சொல்லப்பட்டதாகக் கருத முடியாது; இக்கருத்துடைய வேறு யாரோ ஒருவர் இக்குறளைத் திருக்குறளிலே நுழைத்ததாகத்தான் எண்ண வேண்டும். இக்குறள் திருவள்ளுவரின் வாய்மொழிதான் என்று தீர்மானித்தால் வருணபேதத்தை ஆதரிக்கும் திருவள்ளுவருடைய கருத்திற்கு விரோதமில்லாமல்தான் பொருள் கூறவேண்டும். ஆதலால் இதற்குப் பரிமேலழகர் கூறியிருக்கும் உரைதான் பொருந்தும், `பிறப்பொக்கும் என்பதற்கு அவர் சொல்லியிருக்கும் பொருளைப் பாருங்கள்.

வினைவயத்தால் பஞ்சபூத பரிணாமமாகிய யாக்கையைப் பொருந்தி நின்று, அதன் பயன் அனுபவித்தல், எல்லா வருணத் தார்க்கும் ஒத்தலின் பிறப்பு ஒக்கும். இது பரிமேலழகர் உரை.

எந்த வருணத்தாரும் பூர்வவினைகாரணமாகவே பிறந்தனர். அந்த வினைப்பயனை அனுபவிக்கவே பிறந்தனர். ஆதலால் எல்லாவுயிர்களும் பிறப்பதற்குக் காரணமா யிருந்தது. முற்பிறப்பில் செய்த நல்வினை தீவினை என்ற ஒன்றுதான்.

அதில் வேற்றுமை யில்லை. இதுவே பரிமேலழர் கருத்து. வருணபேதம் உண்டு என்பவர்கள் இக்கருத்திலேயே பிறப்பு ஒன்று என்று கூறுகின்றனர்.

பிறப்பிலேயே உயர்வு தாழ்வு உண்டு; பிறவியினால்தான் நல்லகுணம் கெட்டகுணம், உண்டாகின்றன; பிறந்த குலத்திற் குரிய தொழிலைச் செய்வதுதான் மக்கள் கடமை; என்ற விஷயங்களை, ஒழுக்கம், குடிமை, முதலிய அதிகாரங்களிலே திருவள்ளுவர் கூறியிருக்கிறார். இவற்றை முன்பே காட்டியிருக்கிறோம். இத்தகைய கொள்கையை யுடையவர் பிறப்பொக்கும் என்பதைப் பரிமேலழகர் கூறிய அர்த்தத்தில் தான் சொல்லியிருக்க வேண்டும். இல்லா விட்டால் திருவள்ளுவர் மொழி முன்னுக்குப் பின் முரணானது என்ற குற்றத்திற்கு இடமாகும்.

பிராமணர், க்ஷத்திரியர், வைசியர் மூன்று வருணத்திலும் பிறந்தவர்கள் பூணூல் அணிவதற்குமுன் சூத்திரர்களாகவே, எண்ணப்படுகின்றனர். பூணூல் அணிந்து, வேதம் ஓதித் தங்கள் கர்மானுஷ்டானங்களைப் பின்பற்றத் தொடங்கியபிறகுதான் பிராமணப் பெற்றோருக்குப் பிறந்தவன் பிராமணன் ஆகிறான். க்ஷத்திரியப் பெற்றோருக்குப் பிறந்தவன் க்ஷத்திரியனாகிறான், வைசியப் பெற்றோருக்குப் பிறந்தவன் வைசியன் ஆகிறான். அதுவரையிலும் இவர்களுக்கும் சூத்திரர்களுக்கும் பிறப்பில் வித்தியாசம் இல்லை.

இந்தக் காரணத்தாலேயே இந்த மூன்று வருணத்தாருக்கும் 'துவிசர்' என்று பெயர். துவிசர் என்றால் இருபிறப்பாளர் என்று அர்த்தம். பரிமேலழகர் கூறியபடி இவர்கள் வினைவசத்தால் வினைப்பயனை அனுபவிக்கப் பிறந்தவர்கள்.

மேலே காட்டியவைகளைக் கொண்டு, திருவள்ளுவர் எந்த வகையிலும் வருணபேதத்தைக் கண்டிக்கவில்லை; வருண

பேதத்தை, ஜாதி முறையை, குலாச்சாரத்தை ஒத்துக்கொள்கிறார் என்பதை அறியலாம்.

பிறப்பிலே உயர்வு தாழ்வு உண்டு; உயர்ந்த ஜாதியில் உயர்ந்த குடும்பத்தில் பிறந்தவர்களால்தான் சிறந்த காரியங்களைச் செய்யமுடியும்; என்ற கருத்தை அடிப்படையாகக் கொண்டுதான் திருவள்ளுவரின் பிறப்புக்கதை கூட எழுதப் பட்டிருக்கிறது என்று கூறலாம்.

திருவள்ளுவர் ஆதி என்ற புலைச்சிக்கும் பகவன் என்ற பிராமணருக்கும் பிறந்தவர். பகவன் என்பவர் வேதமோதிய சிறந்த ஒழுக்கமுடையவர்; வினைவசத்தால் புலைச்சியின் மீது மோகங் கொண்டார். அவருக்குப் பிறந்தவர்கள் இடைக்காடர், அதிகமான், ஔவை, உப்பை, உறுவை, வள்ளி, திருவள்ளுவர் முதலியவர்கள். திருவள்ளுவர் வளர்ந்தது வள்ளுவர் வீட்டில்; ஆனால் அவருடைய பிறப்பு உயர்ந்ததாக இருந்ததால் அவர் பல நூல்களையும் கற்றார்; அறிவு ஒழுக்கங்களில் உயர்ந்து விளங்கினார்; திருக்குறள் என்னும் சிறந்த நூலை எழுதினார்.

இது ஒரு கற்பனைக்கதை யென்பதே பலர்கருத்து. ஆனால் 'உயர்ந்த பிறப்புடையவர்களின் வாயிலிருந்துதான் சிறந்த சொற்கள் தோன்றும்' என்னும் திருவள்ளுவருடைய கொள்கையை ஒட்டி எழுந்ததுதான் இக்கதை.

5. ஆஸ்ரமம்

இவ்வாழ்வான் என்பான் இயல்புடைய மூவர்க்கும்
நல்லாற்றின் நின்ற துணை. *(41)*

கிரகஸ்தாரமத்தில் வாழ்கின்றவன் தமக்குரிய தர்மத்தைப் பின்பற்றி நடக்கின்ற பிரம்மச்சாரி வானப் பிரஸ்தன் சந்நியாசி ஆகிய மூன்று ஆஸ்ரமத்தாருக்கும் அவர்கள் நடக்கும் நல்வழிக்கு நிலையாகத் துணை செய்பவன் ஆவான்.

கிரகஸ்தாரமத்தில் இருப்பவன், மற்ற மூன்று ஆஸ்ரமத்தில் இருப்பவர்களுக்கும் துணைபுரிய வேண்டும்.

இக்குறளில் நால்வகை ஆஸ்ரமம் குறிப்பிடப்படுகிறது. ஆஸ்ரமத்திற்கும் வருணத்திற்கும் சம்பந்தம் உண்டு. பிராமணர், க்ஷத்திரியர், வைசியர் ஆகிய முதல் மூன்று வருணத்தாருக்குத் தான் ஆஸ்ரம தர்மம் விதிக்கப் பட்டிருக்கிறது.

தர்ம சாஸ்திரங்களில் பிர்மச்சாரிக்குரிய ஒழுக்கம், கிரகஸ்தனுக்குரிய ஒழுக்கம். வானப் பிரஸ்தனுக்குரிய ஒழுக்கம், சந்நியாசிக்குரிய ஒழுக்கம் இவை இவையென்று தனித் தனியாகப் பிரித்துக் கூறப்பட்டிருக்கின்றன. ஆனால் திருவள்ளுவர் இல்லறம் துறவறம் என்ற இருபிரிவில் நால்வகை ஆஸ்ரம தர்மங்களையும் அடக்கிக் கூறிவிட்டார்.

பெறும்அவற்றுள் யாம் அறிவது இல்லை, அறிவறிந்த
மக்கள்பேறு அல்ல பிற. *(61)*

ஒருவன் அடையக்கூடிய செல்வங்களுக்குள் சிறந்தது அறியவேண்டிய எல்லா விஷயங்களையும் படித்தறிந்த மக்களைப் பெறுவதுதான். இதைத் தவிர வேறு உண்டு என்று நாம் தெரிந்து சொல்லுவதற்கு ஒன்றுமில்லை.

எழுபிறப்பும் தீயவை தீண்டா, பழிபிறங்காப்
பண்புடை மக்கள் பெறின். ***(62)***

ஒருவன் பிறரால் பழிக்கப்படாத நல்ல குணமுடைய மக்களைப் பெற்றிருப்பானாயின், அவனுக்கு ஏழு பிறப்பிலும் துன்பம் உண்டாகாது.

தந்தை மகற்கு ஆற்றும் நன்றி அவையத்து
முந்தி இருப்பச் செயல். ***(67)***

தந்தை மகனுக்குச செய்யவேண்டிய கடமை, அவனைப் படித்தவர்களின் கூட்டத்தில், சிறந்தவனாகக் கொண்டாடும் படி செய்வதுதான்.

ஈன்ற பொழுதில் பெரிதுவக்கும், தன்மகனைச்
சான்றோன் எனக் கேட்ட தாய். ***(69)***

தாயானவள், தன் மகனைப் பற்றிக் கல்வியில் சிறந்தவன் ஒழுக்கத்தில் சிறந்தவன் என்று பிறர் சொல்லக் கேட்டால், அவனைப் பெற்ற போது அடைந்த மகிழ்ச்சியை விட அதிக மகிழ்ச்சியை அடைவாள்.

கல்வி கற்று ஒழுக்கமுடையவனாக நடந்துகொள்ளுதல் மகனுடைய கடமை.

மேலே காட்டிய பாடல்கள் புதல்வரைப் பெறுதல் அல்லது மக்கட்பேறு என்னும் அதிகாரத்தில் உள்ளவை. மகனுக்குக் கல்வி கற்பிக்க வேண்டும்; மகனை நல்லொழுக்க முடையவனாக்க வேண்டும்; மகனும் கல்வி கற்க வேண்டும்; நல்லொழுக்கங்களைப் பின்பற்றி நடக்கவேண்டும். இவை பிரம்மச்சரிய ஆரமத்தில் கற்றுக்கொள்ள வேண்டியவை. குருகுலத்திலிருந்து கல்வி கற்றலும், குருவின் கட்டளைப் படி நடத்தலுந்தான் பிரம்மச்சாரியின் கடமை.

திருவள்ளுவர் காலத்தில் இப்பொழுதிருப்பது போன்ற பள்ளிக்கூடங்கள் இல்லை. அக்காலத்தில், பெற்றோர்கள் பிள்ளைகளைப் படிக்க வைக்கவேண்டு மானால் ஆசிரியர்களின் வீடுகளில் வைத்துத்தான் படிக்க வைக்க வேண்டும். இதுதான் குருகுலவாசம். குருவின் வீட்டிலேயே இருந்து கொண்டு கல்வி கற்பதுதான் ஒருவன் பிரம்மச்சரிய நிலையில் இருக்கும் காலமும்.

பிரம்மச்சரிய ஆஸ்ரம தர்மம், கிரகஸ்த ஆஸ்ரம தருமம், இரண்டும் இல்லறவியலில் அடங்கிக் கிடக்கின்றன. இல்லற வியலில் உள்ள புதல்வரைப் பெறுதல் என்னும் அதிகாரத்தில் பிரமச்சரிய தருமம் அடங்கி விட்டது.

வானப்பிரஸ்த ஆஸ்ரமமும், சந்நியாச ஆஸ்ரமமும் ஏறக்குறைய ஒன்றுதான். ஆதலால் இவ்விரண்டைப் பற்றியும் விரிவாகத் துறவறவியலில் கூறியிருக்கிறார். அவர் கூறியிருப் பவைகளில் உள்ள முக்கிய விஷயங்களைக் கவனிப்போம்.

வானப்பிரஸ்த, சந்நியாச ஆஸ்ரமங்களில் செல்லுகிறவர்கள் பின்பற்ற வேண்டிய விரதங்களைப் பற்றியும், அவர்கள் பெற வேண்டிய அறிவைப் பற்றியும் திருவள்ளுவர் துறவறவியலில் கூறுகிறார்.

அருள் செல்வம் செல்வத்துள் செல்வம், பொருள் செல்வம்
பூரியார் கண்ணும் உள. *(241)*

செல்வத்தில் சிறந்த செல்வம் கருணையாகிய செல்வமேயாகும். பொருளால் வரும் செல்வம் அற்பர்களிடமும் உண்டு.

வானப்பிரதர்களும், துறவிகளும் எல்லா வுயிர் களிடமும் கருணை காட்ட வேண்டும்.

பொருள்ஆட்சி போற்றாதார்க்கு இல்லை அருள் ஆட்சி
ஆங்குஇல்லை ஊன் தின்பவர்க்கு. *(252)*

செல்வத்தைக் காப்பாற்றாதவர்களுக்கு, அச்செல்வத்தால் உண்டாகும் பயன் கிடைக்காது. அதைப்போல மாமிசம் சாப்பிடு கிறவர்களுக்கு அருளால் உண்டாகும் பயன் கிடைக்காது.

மாமிசம் உண்ணாதவர்களே அருளுடையவர்களா யிருப்பார்கள்.

உற்றநோய் நோன்றல், உயிர்க்கு உறுகண் செய்யாமை
அற்றே தவத்திற்கு உரு. *(261)*

தவத்திற்கு உருவம் என்னவென்றால், தனக்கு வந்த துன்பங்களைப் பொறுத்துக் கொள்ளுதல்; மற்ற உயிர்களுக்குத் துன்பம் செய்யாமலிருத்தல்.

இன்னா செய்தாரை ஒறுத்தல், அவர் நாண
நன்னயம் செய்துவிடல். *(314)*

தனக்குத் துன்பம் செய்தவரைத் தண்டித்தலாவது, அவர் வெட்கமடையும்படி அவருக்கு நன்மை செய்து, அவர் செய்த துன்பத்தையும் மறந்து விடுதலாகும்.

மேற்கூறியவைகள் வானப்பிரஸ்தர்களும், துறவிகளும் பின்பற்ற வேண்டிய விரதங்கள். எல்லாவுயிர்களிடத்தும் இரக்கம், காட்டுதல், மாமிசம் உண்ணா திருத்தல், தவஞ் செய்தல், கோபங் கொள்ளாதிருத்தல், பிறவுயிர்களுக்குத் தீங்கு செய்யாமை, உயிர்களைக் கொல்லாமை போன்ற விரதங்களை வானப் பிரஸ்தர் களும், துறவிகளும் தவறாமல் அனுஷ்டிக்க வேண்டும் என வற்புறுத்திக் கூறுகிறார்.

இவ்விரதங்கள் பெரும்பாலும் சமண சந்நியாசிகள் பின்பற்றும் விரதங்களைப் போல இருப்பதனால் திருவள்ளுவரைச் சமண மதத்தைச் சேர்ந்தவர் என்று சில ஆராய்ச்சியாளர்கள் சொல்லுகின்றனர். இது ஆராய்ச்சிக்குரிய விஷயம்.

கூத்தாட்டு அவைக்குழாத்து அற்றே பெரும்செல்வம்,

போக்கும் அது விளிந்து அற்று. ***(332)***

ஒருவனிடம் பெரிய செல்வம் வந்து சேர்வது நாடகக் கொட்டகைக்கு, நாடகம் பார்ப்பதற்காக ஜனக்கூட்டம் வந்து கூடுவது போன்றதாகும். அச்செல்வம் அழிந்து விடுவது, நாடகம் முடிந்தவுடன் ஜனக்கூட்டம் கலைந்து போவதைப் போன்றதாகும்.

ஆதலால் செல்வம் நிலையற்றதென்று அறிந்துகொள்ள வேண்டும்.

பிறப்புஎன்னும் பேதமை நீங்கச் சிறப்பு என்னும்
செம்பொருள் காண்பது அறிவு. *(358)*

பிறப்புக்குக் காரணமாகிய அறியாமை நீங்க வேண்டுமானால் மோட்சத்திற்குக் காரணமாக இருக்கின்ற உண்மைப் பொருளாகிய கடவுளை உணர்வதே அறிவாகும்.

ஆராவியற்கை அவாநீப்பின் அந்நிலையே
பேரா வியற்கை தரும். *(370)*

திருப்தி யடையும் தன்மையற்ற ஆசையை, ஒருவன் விட்டு விட்டானாயின், அப்பொழுதே அந்த ஆசையின்மை அவனுக்கு மோட்சத்தைக் கொடுக்கும்.

ஆசை யின்மையே முக்தி பெறுவதற்கு வழியாகும்.

ஊழ் என்னும் அதிகாரமும் துறவறத்திலேயே கூறப்பட்டுள்ளது. இல்லறத்தைத் துறந்த வானப்பிரஸ்தர்களும், சந்நியாசிகளும், உலகச் செல்வங்கள் எல்லாம் நிலையற்றவை என்று உணரவேண்டும்; கடவுளை நம்பித் துதிக்க வேண்டும்; எப்பொருளிலும் ஆசையில்லாமைதான் முத்திக்கு வழியென்று காணவேண்டும்; தான் அனுபவிக்கும் இன்ப துன்பங்களுக்கு ஊழ்வினைதான் காரணம் என்று நம்பவேண்டும்; இவைகள் துறவிகளுக்கு வேண்டிய ஞானமாகும்.

துறவற இயலில் வானப்பிரஸ்தர்களும், சந்நியாசிகளும், அனுஷ்டிக்க வேண்டியன என்று கூறப்படுபவைகளும், அறிய வேண்டும் என்று கூறப்படுபவைகளும் புதியவைகள் அல்ல; முன்னோர் நூல்களில் அவர்களுக்கு விதிக்கப்பட்டிருக்கும் தர்மத்தையே திருவள்ளுவர் கூறியிருக்கிறார்.

துறவறவியலில் *13* அதிகாரங்கள் உள்ளன. இவற்றுள் முதல் *10* அதிகாரங்கள் சிறப்பாக வானப் பிரஸ்தர்கள் பின்பற்ற வேண்டிய தர்மங்களைக் கூறுகின்றன; மெய்யுணர்தல், அவாவறுத்தல், ஊழ் என்னும் மூன்று அதிகாரங்கள் துறவிகளின் தர்மங்களைக் கூறுகின்றன; என்பது சில அறிஞர்களின் கொள்கை.

ஆகவே, இல்லறவியல், துறவற இயல் இரண்டிலும், பிரமச்சரியம், கிரகஸ்தம், வானப்பிரஸ்தம், சந்நியாசம் என்னும் நால்வகை ஆஸ்ரம தர்மங்களையும் திருவள்ளுவர் கூறியிருப்பதைக் காணலாம்.

6. யாகம்

அவி சொரிந்து ஆயிரம் வேட்டலின் ஒன்றன்
உயிர் செகுத்து உண்ணாமை நன்று *(259)*

நெருப்பில் நெய் முதலிய அவிகளைச் சொரிந்து, ஆயிரம் யாகம் செய்வதைக் காட்டிலும், ஒரு பிராணியின் உயிரைக் கொன்று தின்னாமலிருத்தல் சிறந்தது.

ஆயிரம் யாகம் செய்வதால் வரும் புண்ணியத்தைவிட ஒரு உயிரைக் கொன்று தின்னாமலிருப்பதால் வரும் புண்ணியமே சிறந்தது; இதுவே இந்தப் பாடலின் கருத்து.

இக்குறளில் யாகம் செய்வதால் புண்ணியம் உண்டு என்பதை மறுக்கவில்லை. யாகம் புண்ணிய காரியம் என்பதை ஒப்புக் கொள்ளுகிறார். யாகத்தைக் காட்டிலும் ஒரு உயிரைக் கொன்று அதன் உடலைப் புசியாமலிருப்பதில் அதிக புண்ணியம் உண்டு என்றுதான் கூறுகிறார்.

ஜாதி என்னும் பகுதியில் எடுத்துக்காட்டிய

அந்தணர் நூற்கும், அறத்திற்கும், ஆதியாம்
நின்றது மன்னவன் கோல்.

ஆபயன் குன்றும், அறுதொழிலோர் நூல்மறப்பர்,
காவலன் காவான் எனின்.

என்ற இரு பாடல்களிலும் திருவள்ளுவர் வேதங்களில் கூறப்படும் வேள்விகளை ஒப்புக்கொண்டிருக்கிறார்.

'அந்தணர் நூற்கும்' என்ற பாடலில் பிராமணர்களின் வேதத்தையும், அந்த வேத சம்பந்தமான ஒழுக்கங்களையும் காப்பாற்ற வேண்டியது அரசன் கடமை என்று கூறப்படுகின்றது.

'ஆபயன் குன்றும்' என்ற பாடலில், அரசன் ஒழுங்காக அரசாட்சி செய்யா விட்டால் பிராமணர்கள் தங்கள் வேதத்தையும், வேதசம்பந்தமான ஒழுக்கங்களையும் மறந்து விடுவார்கள் என்று சொல்லப்படுகின்றது.

வேதங்களில் யாகம் செய்யவேண்டும் என்று கூறப்படுகின்றது. யாகங்களின் மூலம் தேவர்களைத் திருப்தி செய்தால் தான் இவ்வுலகில் மழைபெய்யும்; பயிர்கள் வளரும்; உணவுப் பொருள்கள் கிடைக்கும்; மக்கள் பசி பட்டினியின்றி வாழ்வார்கள். இவை வேத சாதிரங்களின் கருத்து.

பிராமணர்களுக்குரிய ஒழுக்கங்களில் யாகம் செய்தல் ஒன்று; யாகம் செய்து வைத்தல் ஒன்று. இவ்விரண்டு தொழில் களையும் அவர்கள் தவறாமல் செய்ய வேண்டும். இன்றேல் அவர்கள் பிறப்பொழுக்கம் குன்றியவர்கள் ஆவார்கள். இவைகளைச் செய்வதற்கு அரசன் உதவி செய்யவேண்டும்.

மேலே காட்டிய பாடல்களைக் கொண்டு திருவள்ளுவர் வேத வேள்வியை நிந்தனை செய்யவில்லை; வந்தனை செய்கிறார் என்றே கொள்ளவேண்டும்.

7. மறுபிறப்பு

பிறவிப் பெருங்கடல் நீந்துவர், நீந்தார்
இறைவன் அடி சேரா தார். ***(10)***

கடவுளின் பாதத்தை அடைந்தவர் பிறப்பு என்னும் பெரிய சமுத்திரத்தைத் தாண்டுவர்; கடவுளின் பாதத்தை அடையாதவர் பிறவிக் கடலைத் தாண்ட மாட்டார்கள். அடிக்கடி பிறப்பார்கள்; இறப்பார்கள்.

ஒருமையுள் ஆமைபோல் ஐந்து அடக்கல் ஆற்றின்
எழுமையும் ஏமாப்பு உடைத்து. ***(126)***

ஆமை தனது, கால்கள் தலை ஆகிய ஐந்தையும் தனது உடம்புக்குள் அடக்கிக் கொள்ளுவதுபோல், ஒருவன் ஒரு பிறப்பில் உடம்பு, வாய், கண், மூக்கு, காது என்னும் ஐந்தையும் அடக்குவதற்கு வல்லமை பெறுவானாயின், அவ்வல்லமை அவனுக்கு ஏழு பிறப்பிலும் பாதுகாப்பு அளிக்கும்.

ஒரு பிறப்பில் ஒருவன் செய்த கர்மத்தின் பயன் ஏழுபிறப்பு வரையிலும் அவனைத் தொடரும் என்பது இதன்கருத்து.

உறங்குவது போலும் சாக்காடு, உறங்கி
விழிப்பது போலும் பிறப்பு. ***(339)***

ஒருவனுக்குச் சாவு ஏற்படுவது தூக்கம் வருவதைப் போன்றது; செத்த பிறகு மீண்டும் பிறப்பது தூங்கி விழிப்பதைப் போன்றது.

பொருள் அல்லவற்றைப் பொருள் என்று உணரும்
மருளான்ஆம் மாணாப் பிறப்பு. *(351)*

பொய்ப்பொருளை மெய்ப்பொருள் என்று நினைக்கின்ற அறியாமையால், துன்பத்தைத் தரும் மறு பிறப்பு உண்டாகின்றது.

கற்று ஈண்டு மெய்ப்பொருள் கண்டார் தலைப்படுவர்,
மற்று ஈண்டு வாரா நெறி. *(356)*

தத்துவ சாதிரங்களைக் கற்று இவ்வுலகில் உண்மைப் பொருளைக் கண்டறிந்தவர்களே, மீண்டும் இவ்வுலகில் பிறவாத நெறியை அடைவர்.

பிறப்பு என்னும் பேதமை நீங்கச், சிறப்பு என்னும்
செம்பொருள் காண்பது அறிவு. *(358)*

பிறப்புக்குக் காரணமாகிய அறியாமை நீங்கவேண்டுமானால், சிறந்த உண்மைப் பொருளைக் காண்பதுதான் அறிவுடைமையாகும்.

வேண்டுங்கால் வேண்டும் பிறவாமை, மற்றது
வேண்டாமை வேண்ட வரும். *(362)*

பிறவியினால் வருந் துன்பத்தை அறிந்தவன், தனக்கு ஏதேனும் நன்மைவேண்டுமென்று விரும்புவானாயின் மீண்டும்

பிறக்காமலிருப்பதையே வேண்டுவான்; ஒன்றிலும் பற்றில்லாமல் இருப்பதை விரும்பினால் பிறவாமை கிடைக்கும்.

ஒருமைக்கண் தான்கற்ற கல்வி ஒருவற்கு
எழுமையும் ஏமாப்பு உடைத்து. ***(398)***

ஒரு பிறப்பில் ஒருவன் படித்த கல்வி அவனுக்கு ஏழு பிறப்பிலும் உதவிசெய்யும்.

இம்மைப் பிறப்பில் பிரியலம் என்றேனாக்
கண்நிறை நீர் கொண்டனள். ***(1315)***

என் காதலியைப் பார்த்து, இப்பிறப்பில் நாம் பிரிய மாட்டோம் என்றேன். உடனே, மறுபிறப்பில் நாம் பிரிந்து விடுவோம் என்று சொல்லியதாக எண்ணிக்கொண்டாள், அவள் கண்களில் நீர் நிறைந்துவிட்டது.

இப்பாடல்கள் எல்லாம் புனர்ஜென்மம் உண்டு என்ற கொள்கையை ஒப்புக்கொள்கின்றன, மறுபிறப்புக் கொள்கையை ஒப்புக்கொள்ளும் மற்றும் பல பாடல்களும் உண்டு.

8. நல்வினை தீவினை

இருள்சேர் இருவினையும் சேரா, இறைவன்
பொருள்சேர் புகழ் புரிந்தார் மாட்டு. ***(5)***

பிறவித் துன்பத்தை உண்டாக்கும் நல்வினை தீவினை என்னும் இரண்டு வினைகளின் பயனும் கடவுளின் உண்மையான புகழை விரும்பியவர்களை அடையாது.

அன்று அறிவாம் என்னாது அறம் செய்க, மற்று அது
பொன்றுங்கால் பொன்றாத் துணை. ***(36)***

இறக்கும் சமயம் வருகின்ற அப்பொழுது பார்த்துக் கொள்ளுவோம் என்று நினைக்காமல் இப்பொழுதே செய்ய வேண்டிய நல்ல காரியங்களைச் செய்க. இதுதான் இறக்கும் பொழுது, இறக்காமல் உயிருடன் கூடவந்து துணை செய்வது.

அறத்தாறு இதுஎன வேண்டா, சிவிகை
பொறுத்தானோடு ஊர்ந்தான் இடை. ***(37)***

நல்வினையின் பயன் இதுதான் என்று வேறு உதாரணங்களால் விளக்க வேண்டியதில்லை. பல்லக்கைச் சுமந்து கொண்டு போகிறவனையும், அதில் ஏறிக்கொண்டு போகின்றவனையும் பார்த்துத் தெரிந்து கொள்ளலாம்.

முன் பிறப்பில் தீவினை செய்தவன் பல்லக்குத் தூக்குகிறான்; நல்வினை செய்தவன் பல்லக்கில் சவாரி செய்தான்.

இலர்பலர் ஆகிய காரணம், நோற்பார்
சிலர், பலர் நோலாதவர். *(270)*

இவ்வுலகில் பணக்காரர்கள் சிலர்; ஏழைகள் பலர்; இதற்குக் காரணம் தவம் செய்பவர்கள் சிலர்; தவம் செய்யாதவர்கள் பலர்.

முன் ஜென்மத்தில் தவம் செய்தவர்கள் இப்பொழுதுள்ள பணக்காரர்கள்; முன் ஜென்மத்தில் தவம் செய்யாதவர்கள் இப்பொழுதுள்ள ஏழைகள். இக்கொள்கை தொன்று தொட்டு வழங்கி வருவது; கர்மபலன் உண்டு, என்ற கொள்கையை ஒப்புக்கொள்ளும் எல்லா மதங்களுக்கும் உடன்பாடானது. இக்கருத்தையே பிற்காலத்தினரும் தவத்தளவே யாகுமாம் தான் பெற்ற செல்வம் என்று கூறியிருப்பதும் கவனிக்கத் தக்கதாகும்.

பிறவியும் நல்வினை தீவினைகளும் ஒன்றையொன்று பின்னிக் கொண்டிருக்கின்றன. கர்மமே பிறப்பை யுண்டாக்குகின்றது. நல்ல கர்மத்தைச் செய்து பிறந்தவர்கள் சுகமாக வாழ்கின்றனர்; கெட்ட கர்மத்தைச் செய்து பிறந்தவர்கள் கஷ்டப்படுகின்றனர். இந்தக் கருத்தை மேலே காட்டிய பாடல்கள் காட்டுகின்றன.

9. ஊழ்வினை

ஆகூழாமல் தோன்றும் அசைவின்மை, கைப்பொருள்
போகூழாமல் தோன்றும் மடி. ***(371)***

ஒருவனுக்குச் செல்வம் சேரக்கூடிய விதியிருந்தால் அவனிடம் முயற்சிதோன்றும்; செல்வம் அழியக்கூடிய விதி யிருந்தால் அவனிடம் சோம்பல் தோன்றும்.

ஒருவனுடைய முயற்சிக்கும் சோம்பலுக்கும் காரணம் தலைவிதிதான்.

பேதை படுக்கும் இழவூழ், அறிவு அகற்றும்
ஆகல்ஊழ் உற்றக் கடை. ***(372)***

ஒருவனைத் துன்பந் தரக்கூடிய தலைவிதி அறிவில்லாத வனாக்கிவிடும்; நன்மை தரக்கூடிய தலைவிதி வந்தால் அவனுடைய சுருங்கிய அறிவை விரிந்த அறிவாக்கும்.

ஒருவனுடைய அறிவுக்கும், அறிவில்லாமைக்கும் காரணம் தலைவிதிதான்.

நுண்ணிய நூல்பல கற்பினும் மற்றுந்தன்
உண்மை அறிவே மிகும். ***(373)***

ஒருவன் சிறந்த பல நூல்களைப் படித்திருந்தாலும், அவனுடைய வினைவசத்தால் ஏற்பட்டுள்ள உண்மையான அறிவுதான் அவனிடம் காணப்படும்.

ஒருவனுடைய அறிவுக்குக் காரணம் கல்வியல்ல; தலை விதியே.

பரியினும் ஆகாவாம் பால்அல்ல, உய்த்துச்
சொரியினும் போகா தம. ***(376)***

செல்வம் தங்கக்கூடிய ஊழ்வினை யில்லாவிட்டால் எவ்வளவு காப்பாற்றினாலும் அச்செல்வம் நிலைக்காது; தம்முடையதாகவே இருக்கவேண்டும் என்ற விதியிருந்தால், அச்செல்வத்தை எங்கே கொண்டு போய்க் கொட்டினாலும் தம்மைவிட்டுப் போகாது.

வகுத்தான் வகுத்த வகையல்லால், கோடி
தொகுத்தார்க்கும் துய்த்தல் அரிது. ***(377)***

கோடிக்கணக்கான பொருளைச் சேர்த்து வைத்தவர்க்கும், தலைவிதி இவ்வளவுதான் அனுபவிக்கலாம் என்று வகுத்திருப் பதைத்தான் அனுபவிக்கலாமே தவிர அதிகமாக ஒன்றும் அனுபவிக்கமுடியாது.

ஒருவன் எவ்வளவு செல்வத்தைச் சேர்த்திருந்தாலும் தலைவிதியின்படி அவனுக்கு ஏற்பட்ட சுகத்தைத்தான் அனுபவிக்க முடியும்.

நன்றுஆம்கால் நல்லவாக் காண்பவர் அன்று ஆம்கால்
அல்லல் படுது எவன். ***(379)***

நன்மைகள் உண்டாகும்போது அவற்றைச் சுகங்களாக எண்ணி அனுவிப்பவர், தீமை வரும்போது துன்பப்படுவது ஏன்? எல்லாம் வினைப்பயன் என்று நினைக்கவேண்டும்.

ஊழில் பெருவலி யாவுள, மற்று ஒன்று
சூழினும் தான் முந்துறும். *(380)*

விதியை விலக்கிக் கொள்ளுவதற்கு வேறொரு தந்திரத்தை ஆலோசித்தாலும், அத்தந்திரத்தையும் மீறிக் கொண்டு விதிதானே முன்வந்து நிற்கும்; ஆகையால் ஊழ் வினையைக் காட்டிலும் மிகவும் வலிமையுடையவை எவை? ஒன்றும் இல்லை.

ஊழ்வினை தான் ஒருவனுடைய முயற்சிக்குக் காரணம்; சோம்பலுக்கும் காரணம். ஊழ்வினையினாலேயே ஒருவன் அறிவுடையவனாயிருக்கிறான்; ஒருவன் முட்டாளாயிருக்கிறான். ஊழ்வினையே ஒருவனுக்குச் செல்வத்தைக் கொடுக்கின்றது; ஒருவனைத் தரித்திரனாக வைத்திருக்கின்றது. ஊழ்வினையினாலேயே ஒருவன் சுகம் அனுபவிக்கிறான்; ஒருவன் துக்கம் அனுபவிக்கிறான். யாரும் கர்மத்தின் பலனாகிய ஊழ்வினையை அனுபவித்துத்தான் தீரவேண்டும். இக்கொள்கைகளை மேலே காட்டிய பாடல்களில் காணலாம்.

நல்வினை தீவினை இவ்விரண்டினாலும் வரும் பலனை அனுபவித்தற்கே கர்ம பலன், ஊழ்வினை, தலைவிதி என்று பெயர். நியதி, பால், முறை, உண்மை, தெய்வம் இவைகளும் ஊழ்வினையைக் குறிக்கும் சொற்கள்.

ஆக்கம் அதர்வினாய்ச் செல்லும், அசைவுஇலா
ஊக்கம் உடையான் உழை. *(594)*

செல்வமானது சோர்வில்லாத உற்சாகத்தை உடையவன் வசிக்கும் இடத்திற்குத் தானே வழிகேட்டுக் கொண்டு போகும்.

முயற்சி திருவினை ஆக்கும், முயற்றின்மை
இன்மை புகுத்தி விடும். (616)

முயற்சியானது செல்வத்தை உண்டாக்கும்; முயற்சி யில்லாமை வறுமையை உண்டாக்கிவிடும்.

ஊழையும் உப்பக்கம் காண்பர், உலைவு இன்றித்
தாழாது உஞற்று பவர். (620)

சோர்வின்றி இடைவிடாமல் முயற்சி செய்பவர் தலை விதியின் வலிமையைக்கூடத் தோற்கடித்து விடுவார்கள்.

திருவள்ளுவர் தலைவிதியில் நம்பிக்கையில்லாதவர்; முயற்சியையே முதன்மையாகக் கருதுகிறவர்; ஊழ்வினையை முயற்சியினால் தோற்கடிக்க முடியும் என்று நம்புகிறவர்; என இப்பாடல்களைக் கொண்டு கூறுகின்றனர்.

ஒருவனுக்கு ஊக்கம் உண்டாவதற்கும் ஊழ்வினையே காரணம்; முயற்சி தோன்றுவதற்கும் ஊழ்வினையே காரணம்; முயற்சியில்லாமை தோன்றுவதற்கும் ஊழ்வினைதான் காரணம் என்பதைத் தெளிவாக ஊழ் என்ற அதிகாரத்தில் கூறியிருக்கிறார்; அதற்கு மாறாக கருத்தில் இப்பாடல்களைக் கூறியிருக்க முடியாது. ஆதலால் இந்த ஊக்கத்திற்கும், இந்த முயற்சிக்கும் ஊழ்வினைதான் காரணம் என்பதைத் திருவள்ளுவர் மறுக்க வில்லை.

'ஊழையும் உப்பக்கம்' என்னும் குறளில் 'ஊழையும்' என்று உம் விகுதி கொடுத்துக் கூறியிருப்பதிலிருந்தே அதைத் தோற் கடிக்க முடியாது என்ற பொருள் தொனிப்பதைக் காணலாம். ஊழில் பெருவலியாவுள? என்று கேள்வி கேட்டவர், முயற்சி அதைவிட வலிமையுடையது என்று எப்படிக் கூறுவார்?

10. சிரார்த்தம்

தென்புலத்தார், தெய்வம்,விருந்து, ஒக்கல், தான் என்று ஆக்கு
ஐம்புலத்து ஆறு ஓம்பல் தலை. *(43)*

பிதிர்க்கள், தேவர்கள், அதிதிகள், சுற்றத்தார், தான் என்று சொல்லப்பட்ட ஐந்து இடத்திலும் செய்யவேண்டிய காரியங்களைத் தவறாமல் செய்வது இல்லறத்தில் இருப்பவனது கடமை.

பிதிர்க்கள் தென்றிசையில் வாழ்கின்றவர்கள், தெய்வத் தன்மையுடையவர்கள்; இல்லறத்தில் உள்ளவன் செய்யும் சிரார்த்தங்களின் மூலமே அவர்கள் திருப்தியடைவார்கள். இன்றேல் அவர்கள் வருந்துவார்கள்.

துறந்தார்க்கும், துவ்வாதவர்க்கும், இறந்தார்க்கும்
இல்வாழ்வான் என்பான் துணை. *(42)*

சந்நியாசிகளுக்கும், ஏழைகளுக்கும், இறந்தவர்களுக்கும் இல்லறத்தில் வாழ்பவன்தான் துணையாவான்.

சந்நியாசிகளுக்கும் ஏழைகளுக்கும் உணவளித்துக் காக்க வேண்டும்; இறந்தவர்களுக்கு சிரார்த்தம் செய்வதன் மூலம் அவர்கள் ஆன்மாவைத்திருப்தி செய்யவேண்டும்.

மேலே காட்டிய இரண்டு பாடல்களிலும் சிரார்த்தம் ஒப்புக் கொள்ளப்பட்டிருக்கின்றது.

11. சுவர்க்கம் நரகம்

வையத்துள் வாழ்வாங்கு வாழ்பவன் வான்உறையும்
தெய்வத்துள் வைக்கப்படும். ***(50)***

இவ்வுலகத்தில் வாழவேண்டிய முறைப்படி இல்லறத்தில் வாழ்பவன், தேவலோகத்தில் வாழ்கின்ற தேவர்களில் ஒருவனாக எண்ணப்படுவான்.

செல்விருந்து ஓம்பி, வருவிருந்து பார்த்திருப்பான்,
நல்விருந்து வானத் தவர்க்கு. ***(86)***

வந்த விருந்தினர்களை உபசரித்து, இன்னும் வரும் விருந்தினர் களையும் உபசரிக்க எதிர்பார்த்திருப்பவன், இறந்தபின் தேவ லோகத்தில் உள்ளவர்களுக்கு நல்ல விருந்தினனாக இருப்பான்.

செய்யாமல் செய்த உதவிக்கு வையகமும்
வானகமும் ஆற்றல் அரிது. ***(101)***

முன்பு எந்த உதவியும் செய்யாமலிருக்கும் போது ஒருவன் முன் வந்து செய்த உதவிக்குப் பதிலாக, இவ்வுலகத்தையும், தேவலோகத்தையும் கொடுத்தாலும் அவ்வுதவிக்கு ஈடாகாது.

அடக்கம் அமரர்உள் உய்க்கும், அடங்காமை
ஆர்இருள் உய்த்து விடும். ***(121)***

மனம், வாக்கு, காயங்கள் கெட்ட வழியில் போகாமல் அடக்கிக் கொள்ளும் குணம். அக்குணமுடையவனைத் தேவலோகத்திற்கு அனுப்பி இன்பம் அனுபவிக்கச் செய்யும். அவைகள் அடங்காமல் கெட்டவழியில் செல்லும் குணம் அக்குணம் உடையவனை நிறைந்த இருட்டுலகமாகிய நரகத்திற்குச் செலுத்திவிடும்.

நல்ஆறு எனினும் கொளல்தீது, மேல் உலகம்
இல் எனினும் ஈதலே நன்று. *(222)*

நன்மையடைவதற்கு வழியாகும் என்றாலும் பிறரிடம் யாசித்தல் தீமையாகும். சுவர்க்கம் அடைதல் இல்லை என்றாலும் வறியோர்க்குக் கொடுப்பதே நல்லது.

அருள்சேர்ந்த நெஞ்சினார்க்கு இல்லை, இருள்சேர்ந்த
இன்னா உலகம் புகல். *(243)*

கருணை பொருந்திய மனமுடையவர்க்கு இருட்டு நிறைந்த துன்பத்தைத் தருகின்ற நரகலோகத்திற்குள் போகும் நிலைமை இல்லை.

ஒருமைச் செயலாற்றும் பேதை, எழுமையும்
தான்புக்கு அழுந்தும் அளறு. *(835)*

அறிவில்லாதவன், இனிவரும் பிறவிகளிலும் தான் நரகத்தில் புகுந்து அனுபவிப்பதற்கு வேண்டிய பாவங்களை ஒரு பிறப்பிலேயே செய்து முடிப்பான்.

மேலே காட்டிய பாடல்களில் சுவர்க்கலோகம், நரகலோகம் காணப்படுகின்றன. மேல் உலகம், வானுலகம், அமரர் வாழ்கின்ற உலகம், வானகம் என்பன சுவர்க்க லோகத்தைக்

குறிப்பிடுவன. இருட்டு உலகம், துன்பந்தரும் உலகம், அளறு என்பன நரகலோகத்தைக் குறிப்பின.

சாதிரங்களில் சொல்லுகின்ற தானதர்மங்களைச் செய்பவன் சுவர்க்கத்தை அடைவான். அங்குள்ள இன்பங்களை அனுபவிப்பான். சாதிரங்களுக்கு விரோதமாக நடப்பவன் நரகத்தையடைவான்; துன்பங்களை அனுபவிப்பான். இது புராணீகர் கொள்கை. இதை விளக்கப் பல புராணக்கதைகள் உள்ளன. இத்தகைய புராணக் கொள்கைகளையும் திருவள்ளுவர் ஒப்புக் கொள்ளுகிறார் என்பதற்கு, சுவர்க்க, நரகங்களைப் பற்றி அவர் கூறியிருப்பதே போதுமானதாகும்.

12. மோட்சலோகம்

மலர்மிசை ஏகினான் மாண்அடி சேர்ந்தார்
நிலமிசை நீடுவாழ்வார். *(3)*

தன்னை நினைப்பவர்களின் உள்ளக் கமலத்தில் சென்று வாழும் கடவுளின் சிறந்த பாதங்களை அடைந்தவர், மோட்ச உலகத்தில் நிலைத்து வாழ்வார்.

யான் எனது என்னும் செருக்கு அறுப்பான் வானோர்க்கு
உயர்ந்த உலகம் புகும். *(346)*

நான் என்னும் அகப்பற்றையும் எனது என்னும் புறப்பற்றையும் ஒழிப்பவன், தேவர்களாலும் அடைய முடியாத உயர்ந்த மோட்சலோகத்தை அடைவான்.

ஐயத்தின் நீங்கித் தெளிந்தார்க்கு வையத்தின்
வானம் நணியது உடைத்து. *(353)*

சந்தேகம் இல்லாமல் உண்மைப் பொருளை அறிந்தவர்க்கு இவ்வுலகத்தைவிட மோட்ச லோகம் சமீபத்திலிருப்பதாகும்.

அவாவென்ப எல்லாவுயிர்க்கும் எஞ்ஞான்றும்
தவாஅப் பிறப்பு ஈனும் வித்து. *(361)*

எல்லாவுயிர்களுக்கும் எப்பொழுதும் நீங்காத பிறப்பைத் தருவதற்கு விதை இகபர ஆசையென்பார்கள்.

இகபர ஆசையற்றவர்களே மோட்சலோகத்தை அடைய முடியும்.

அவா இல்லார்க்கு இல்லாகும் துன்பம், அஃதுஉண்டேல்
தவாஅது மேல்மேல் வரும். ***(368)***

ஆசையற்றவர்க்குப் பிறவித்துன்பம் இல்லை; மோட்ச லோகம் உண்டு. ஆசையிருந்தால் மேலும் மேலும் தவறாமல் பிறப்பு வந்து கொண்டேயிருக்கும்.

ஆராஇயற்கை அவாநீப்பின் அந்நிலையே
பேரா இயற்கை தரும். ***(370)***

முடிவில்லாத தன்மையையுடைய ஆசையை ஒழிக்கின்ற அந்த நிலையில்தான் ஒருவனுக்கு மீண்டும் பிறக்காத தன்மையுள்ள மோட்சலோகம் கிடைக்கும்.

மேலே காட்டிய பாடல்களில் மோட்ச லோகம் சுவர்க்க லோகத்தைக் காட்டிலும் உயர்ந்தது; நிலையானது; அழியாதது என்று கூறப்படுகின்றது.

காமியகர்மம் செய்பவர்கள் சுவர்க்கத்தை யடைவார்கள்; நிஷ்காம்யகர்மம் செய்பவர்களே மோட்சத்தை அடைவார்கள் என்பது தத்துவம். இதனையே திருவள்ளுவரும் விளக்கி யிருக்கிறார். இதனால் மோட்சலோகத்தைத் திருவள்ளுவர் ஒப்புக்கொள்ளுகிறார்.

மனிதன் அடையவேண்டிய பயன் தர்மம், அர்த்தம், காமம், மோட்சம் என்னும் நான்காகும். இவற்றைத் தமிழில் அறம், பொருள், இன்பம் வீடு என்பர். இந்நால்வகைப் பொருளையும், திருவள்ளுவர் மூன்று பால்களில் அடக்கிக் கூறியிருப்பது கவனிக்கத் தக்கது.

13. பெண்கள்

மனைத்தக்க மாண்புடையள் ஆகித், தற்கொண்டான்
வளம் தக்காள் வாழ்க்கைத் துணை. ***(51)***

குடும்ப வாழ்க்கைக்கு உரிய நல்ல குணங்களை உடையவளாய், தன் கணவனுடைய செல்வத்திற்குத் தகுந்தவாறு நடந்து கொள்ளுகின்றவள் இல்வாழ்க்கைக்குத் துணையாவாள்.

தற்கொண்டான் வளம் என்பதனால் ஆண்களுக்குத் தான் சொத்துரிமை உண்டு; பெண்களுக்குச் சொத்துரிமை யில்லை; என்பதைத் திருவள்ளுவர் ஒப்புக்கொள்ளுகிறார்.

மனைமாட்சி இல்லாள்கண் இல்ஆயின், வாழ்க்கை
எனைமாட்சித்து ஆயினும் இல். ***(52)***

மனைவியிடம் குடும்பவாழ்க்கைக்குரிய நல்ல குணம் செயல்கள் இல்லாவிட்டால், அக்குடும்பம் செல்வத்தால் எவ்வளவு பெருமையுடைய தாயிருந்தாலும் பயனில்லை.

இல்லது என் இல்லவள் மாண்புஆனால், உள்ளது என்
இல்லவள் மாணாக் கடை. ***(53)***

ஒருவனுடைய மனைவி நல்லகுணம், நல்ல செயல்களை உடையவளாயிருந்தால் அவனுக்கு இல்லாத செல்வம் ஒன்றுமே இல்லை. எல்லாச் செல்வங்களும் உண்டு. மனைவி

கெட்டவளா யிருந்தால் அவனுக்கு என்ன செல்வம் உண்டு? ஒரு செல்வமும் இல்லை.

பெண்ணில் பெருந்தக்க யாஉள கற்பு என்னும்
திண்மை உண்டாகப் பெறின். *(54)*

கற்பு என்னும் வலிமையைப் பெற்றிருப்பாளாயின் அந்த மனைவியைக் காட்டிலும் ஒருவனுக்குச் சிறந்த பொருள் எவை? ஒன்றும் இல்லை.

சிறைகாக்கும் காப்பு எவன்செய்யும், மகளிர்
நிறை காக்கும் காப்பே தலை. *(57)*

ஆண்கள் பெண்களைச் சோரம் போகாமல் சிறைக்குள் வைத்துக் காப்பாற்றும் காவல் என்ன பயனைத் தரும் பெண்கள் தங்கள் கற்பினால் தம்மைத் தாமே காப்பாற்றிக் கொள்ளுவது தான் சிறந்ததாகும்.

இப்பாடல்கள் வாழ்க்கைத்துணை நலம் என்னும் அதிகாரத்தில் உள்ளவை. இப்பாடலின் மூலம் பெண்களுக்குக் கல்வி வேண்டும் என்று திருவள்ளுவர் ஒப்புக் கொள்ளுகிறார். பெண் கல்வியை அவர் மறுக்கவில்லை. கல்வியறிவுடைய பெண்களே இல்லற தர்மங்களை அறிந்து அவற்றைச் சரிவர நடத்தமுடியும். இது முன்னோர் நூல்களுக்கும் கொள்கைகளுக்கும் முரண்பட்ட தன்று.

மனைத்தக்க மாண்புடையள் ஆகி என்ற முதல் பாட்டில் பெண்களுக்குச் சொத்துரிமை இல்லை யென்று கூறுகின்றார்; பிதிர்க்கடன் செய்யும் உரிமையுடையவர்களுக்கே முன்னோர் சொத்தில் உரிமையுண்டு; இவ்வுரிமை ஆண்களுக்குத்தான். பெண்களுக்குப் பிதிர்க்கடன் செய்யும் உரிமையில்லை.

ஆகையால் அவர்களுக்குப் பிறந்த இடத்துச் சொத்தில் பங்கில்லை. இதுவே நீதிசாதிரக் கொள்கை. இக்கொள்கையை மேலே காட்டிய பாடல் ஆதரிக்கின்றது.

தெய்வம் தொழாஅள் கொழுநன் தொழுது எழுவாள்
பெய்எனப் பெய்யும் மழை. ***(55)***

ஒவ்வொரு நாளும் படுக்கையை விட்டு எழும்போது, வேறு தெய்வத்தை வணங்காமல், கணவனையே வணங்கி எழுந்திருக்கின்ற ஒரு பெண் வானத்தைப் பார்த்து மழை பெய் என்றால் மழை பெய்யும்.

இப்பாடலும் வாழ்க்கைத்துணை நலம் என்னும் அதிகாரத்திலே உள்ளது. பெண்களுக்குக் கணவனே தெய்வம்; கணவனுக்கு அடங்கி வாழ்வதே அவர்கள் கடமை; பெண் களுக்குத் தனிச்சுதந்தரம் இல்லை; என்ற கருத்து இப்பாடலில் இருக்கிறது.

மனைவிழைவார் மாண்பயன் எய்தார், வினைவிழைவார்
வேண்டாப் பொருளும் அது. ***(901)***

தன் மனைவியின் மீது அன்பு கொண்டு அவள் சொல்லைக் கேட்பவர்கள் சிறந்த பயனை அடைய மாட்டார்கள்; சிறந்த காரியத்தைச் செய்ய விரும்புகிறவர்கள் வேண்டாம் என்று ஒதுக்கவேண்டிய விஷயமும் மனைவியின் சொல்லைக்கேட்கும் அந்த ஒரு விஷயந்தான்.

இல்லாளை அஞ்சுவான் அஞ்சும் மற்று எஞ்ஞான்றும்
நல்லார்க்கு நல்ல செயல். ***(905)***

மனைவிக்குப் பயப்படுகின்றவன் எப்பொழுதும் நல்வர் களுக்கும் நன்மை செய்யப் பயப்படுவான்.

பெண்ஏவல் செய்தொழுகும் ஆண்மையின், நாண்உடைப்
பெண்ணே பெருமை உடைத்து. *(907)*

மனைவியின் கட்டளைப்படி காரியங்களைச் செய்து வாழ்கின்ற ஆண் தன்மையைவிட நாணத்தையுடைய பெண் தன்மையே சிறந்ததாகும்.

நட்டார் குறைமுடியார், நன்று ஆற்றார், நன்னுதலாள்
பெட்டாங்கு ஒழுகுபவர். *(908)*

தன் மனைவியின் இஷ்டப்படி நடக்கின்றவர்கள் நண்பர் களின் குறைகளையும் தீர்க்க மாட்டார்கள்; நல்ல காரியங்களையும் செய்ய மாட்டார்கள்.

அறவினையும், ஆன்ற, பொருளும், பிறவினையும்
பெண்ஏவல் செய்வார்கண் இல். *(909)*

மனைவியின் சொல்லைக் கேட்டு நடப்பவர்களிடம் அறம் செய்தலும், சிறந்த செல்வம் சேர்த்தலும், மற்ற இன்பங்களை அனுபவித்தலும் இல்லை.

பெண்கள் சொல்லைக் கேட்பவர்கள் ஒரு காரியத்திலும் வெற்றிபெற மாட்டார்கள். மனைவிக்குப் பயப்படுகின்றவனுக்கு இம்மை மறுமைப் பயன்கள் இல்லை.

மனைவிக்குப் பயப்படுகின்றவன் நல்லவர்களுக்குக் கூட நன்மை செய்யமாட்டான்.

பெண் வார்த்தையைக் கேட்கும் ஆணை விடப் பெண்ணே சிறந்தவள்.

மனைவி சொல்லைக் கேட்பவன் நண்பர்களுக்கும் உதவ மாட்டான்; நன்மையும் செய்ய மாட்டான்.

மனைவி சொல்லைக் கேட்டவர்கள் அறம், பொருள், இன்பங்களை அடைய மாட்டார்கள்.

மேலே காட்டிய ஐந்து பாடல்களிலும் இந்தக் கருத்துக்கள் அடங்கி யிருக்கின்றன. இப்பாடல்கள் 'பெண்வழிச் சேறல்' என்னும் அதிகாரத்தில் உள்ளவை. அந்த அதிகாரத்தில் உள்ள மற்ற நான்கு பாடல்களும் பெண்கள் சொல்லை ஆண்கள் கேட்கக்கூடாது என்றே கூறுகின்றன.

பேதமை என்பது மாதர்க்கு அணிகலம்; பெண்கள் இழி பிறப்புடையவர்கள்; அவர்கள் சுயேச்சையாக வாழ்வதற்கும், பிறர்க்குப் புத்தி சொல்வதற்கும் தகுதியில்லாதவர்கள்; ஆகையால் அவர்களை ஆண்கள் அடக்கியே ஆளவேண்டும். இது நமது நாட்டின் புராதனக் கொள்கை. இக்கொள்கை வேத புராணமருதிகளிலும் காணப்படுவன. இதனையே திருவள்ளுவரும் ஒப்புக் கொண்டிருக்கிறார்.

திருவள்ளுவர் பெண்களைப் பற்றிக் கூறியிருக்கும் கருத்தை அடிப்படையாகக் கொண்டே அவர் தமது மனைவியை நடத்திய விதத்தையும் கதையாக எழுதியிருக்கின்றனர். திருவள்ளுவர் மனைவியின் பெயர் வாசுகி. அவரை மணம் பேசும் பொழுதே திருவள்ளுவர் மணலை அவரிடம் கொடுத்துச் சமைக்கச் சொன்னார்; அவரும் மறுவார்த்தை

பேசாமல் மணலைச் சமைத்தார்; அது சோறாயிற்று; அதன் பிறகே வாசுகியை மணந்தார். மணந்த பின்னும் வாசுகியைப் பல செயல்களின்மலம் கற்புடையவளா என்று சோதித்தார். ஒருநாள் பழைய சோறு சாப்பிடும் போது விசிறி கொண்டு வந்து விசிறச் சொன்னார். ஒருநாள் பகல் பொழுதில், நல்ல வெளிச்சத்தில், நெசவு நெய்து கொண்டிருக்கும் போது நாடா கை தவறிக் கீழே விழுந்துவிட்டது. அதைத் தேடுவதற்கு விளக்குக் கொண்டு வரச் சொன்னார். உடனே அவர் கொண்டுவந்தார். மற்றொரு நாள் கிணற்றில் தண்ணீர் முகந்து கொண்டிருக்கும் போது அவசரமாக அழைத்தார். வாசுகி இழுத்துக் கொண்டிருந்த கயிற்றை அப்படியே விட்டு விட்டு விரைந்து வந்தார். பாதிக் கிணற்றில் வந்து கொண்டிருந்த கயிறு குடத்துடன் அப்படியே நின்றுகொண்டிருந்தது.

அடிசிற்கு இனியாளே! அன்புடை யாளே!
படிசொல் தவறாத பாவாய்! - அடிவருடிப்
பின்தூங்கி முன்னெழுந்த பேதையே! போதியோ!
என்றூங்கும் என்கண் இரா.

"நல்ல உணவு கொடுத்தாய்! அன்புடையவளாக இருந்தாய்! என்சொல்லை ஒருநாளும் மீறி நடந்ததில்லை. நான் தூங்கியபின் நீ தூங்கினாய்! நான் விழிப்பதற்கு முன் நீ விழித்துக் கொண்டாய்! நீ இறந்துவிட்டாயே! இனி இரவில் என் கண்கள் எப்படித்தான் தூங்குமோ"

திருவள்ளுவரின் மனைவி வாசுகியார் இறந்தபின், திருவள்ளுவர் பாடியதாக வழங்கும் பாடல் இது. இதிலும் பெண்களைப் பற்றித் திருவள்ளுவர் கொண்ட கருத்து வலியுறுத்தப்படுகிறது.

வாசுகியைப் பற்றிக் கூறும் கதைகளும், இப்பாடலும் கற்பனையாக இருக்கலாம். ஆனால் அவைகள் திருவள்ளுவர்

பெண்களைப் பற்றித் திருக்குறளில் கூறியிருக்கும் கொள்கை களுக்கு முரணானவைகள் அல்ல என்பது மாத்திரம் உண்மை.

14. புராணக் கொள்கைகள்

ஐந்துஅவித்தான் ஆற்றல் அகல்விசும்பு உளார்கோமான்
இந்திரனே சாலும் கரி. *(25)*

ஐந்து புலன்களையும் அடக்கி ஆண்டவனுடைய வலிமையை விளக்குவதற்கு, பெரிய ஆகாய உலகத்தில் வசிக்கின்ற தேவர்களின் அரசனாகிய இந்திரனே போதுமான சாட்சி.

தவசிகளின் வலிமைக்கு இந்திரனே சாட்சியென்பது இதன் கருத்து. இப்பாடல் சில புராணக் கதைகளை நினைப்பூட்டுகிறது.

இந்திரன் வெள்ளை யானையின் மீது பவனி வந்து கொண்டிருந்தான். அப்பொழுது துர்வாச முனிவர், தான் மகாவிஷ்ணுவிடம் பெற்று வந்த மலர் மாலையைக் கொண்டு வந்து இந்திரனிடம் கொடுத்தார். அவன் அதை அலட்சியமாக தனது வஜ்ராயுதத்தால் வாங்கி யானையின் தலையில் போட்டான். யானை தனது தும்பிக்கையால் அந்த மாலையை இழுத்துக் காலின் கீழ்ப் போட்டுத் தேய்த்து விட்டது. உடனே துர்வாசர் இந்திரனைப் பதவியிழந்து பரிதவிக்கும்படி சபித்தார். அவன் சாபத்திற்கு உள்ளானான்.

கௌதமரின் மனைவி அகலிகைமேல் இந்திரன் காதல் கொண்டான். கௌதமர் வெளியே போயிருக்கும் சமயம் பார்த்து, இந்திரன் அவரைப் போல் உருவெடுத்து அகலிகையிடம் வந்து இன்பம் அனுபவித்தான். அச்சமயம் முனிவர் வந்து விட்டார். இந்திரன் பயந்து பூனை

உருவத்துடன் வெளியில் ஓடினான். முனிவர் இந்திரன் தந்திரத்தை அறிந்து அவனுடைய உடம்பு முழுவதும் ஆயிரம் பெண் குறிகள் உண்டாகக் கடவது என்று சாபம் இட்டார். பிறகு தேவர்களின் வேண்டுகோளின் பேரில் அவை பிறருக்கு ஆயிரம் கண்களாகக் காணப்படும் என்று மாற்றினார்.

இந்திர பதவியைப் பெறக்கூடிய அளவுக்கு இவ்வுலகில் யாரேனும் தவம் செய்து கொண்டிருந்தால், அதனை இந்திரன் உட்கார்ந்திருக்கும் வெள்ளைக் கம்பளம், தனது அசைவினால் அறிவிக்கும். ஐம்புலன்களையும் அடக்கித் தவம் செய்வோர் இந்திர பதவியை அடைவர். ஆதலால் இந்திரன் உடனே அவர்கள் தவத்தைக் கெடுக்க முயல்வான். இவை போன்ற கதைகளை இப்பாடல் நினைப் பூட்டுகின்றது.

மடியிலா மன்னவன் எய்தும் அடிஅளந்தான்
தாஅயது எல்லாம் ஒருங்கு. ***(610)***

சோம்பல் இல்லாத அரசன், மகாவிஷ்ணுவால் ஒரே அடியால் அளக்கப்பட்டதாகிய இவ்வுலகம் முழுவதையும் ஒரே மூச்சில் பெறுவான்.

மகாபலிச் சக்கரவர்த்தி யென்பவன் தன்னுடைய தபோ வலிமையால் மூன்றுலகங்களையும் அடக்கியாண்டான். தேவர்கள் எல்லாம் அவன்கீழ் அடங்கிக் கிடந்தனர். தேவர்கள் கஷ்டம் பொறுக்க முடியாமல், மகாபலியை அடக்கும்படி மகாவிஷ்ணுவை வேண்டிக்கொண்டனர். அவர் வாமனாவ தாரம் எடுத்து மகாபலியிடம் போய் மூன்றடி மண்யாசகம் கேட்டார். அவனும் அளந்து எடுத்துக் கொள்ளும்படி கூறினான். உடனே அவர் விவரூபம் எடுத்துப் பூமியை ஓரடியால் அளந்தார்; ஆகாயத்தை ஓரடியால் அளந்தார். மற்றோர் அடி எங்கே என்று கேட்க, மகாபலி தன் தலையைக் குனிந்தான். அவன் தலையின் மேல் ஒரு பாதத்தை வைத்து

அழுத்தி அவனைப் பாதாளத்திற்கு அனுப்பி விட்டார். தேவர்கள் சுதந்தரம் அடைந்தார்கள். சந்தோஷப்பட்டார்கள். மாகவிஷ்ணுவின் பத்து அவதாரங்களில் வாமானாவதாரமும் ஒன்று. இக்கதையை மேற்கண்ட குறள் நினைப்பூட்டுகிறது.

தாழ்வீழ்வார் மென்றோள் துயிலின் இனிதுகொல்
தாமரைக் கண்ணான் உலகு. ***(1103)***

தாம் ஆசைப்படும் பெண்களின் மெல்லிய தோள்களின் மேல் படிந்து தூங்குவதை விட, மகாவிஷ்ணுவின் வைகுந்த பதவியை அடைந்து வாழ்வது சுகந்தருமா?

வைகுந்தத்தை யடைந்து வாழும் பாகவதர்களுக்கு நித்திய சூரிகள் என்றுபெயர். வைகுந்தத்தை யடைந்தவர்கள் லக்ஷ்மி சமேதராய் வீற்றிருக்கும் பெருமாளை, அவர் எதிரில் உட்கார்ந்து சதாகாலமும் சேவித்துக் கொண்டே யிருப்பார்கள். இந்த வைஷ்ணவ மத தத்துவம் இப்பாடலில் இருக்கிறது. இதனால் பிர்மா, விஷ்ணு, சிவன் என்ற மும்மூர்த்திகளையும் திருவள்ளுவர் ஒப்புக் கொள்ளுகிறார்.

கூற்றம் குதித்தலும் கைகூடும், நோற்றலின்
ஆற்றல் தலைப்பட்ட வர்க்கு. ***(269)***

தவம் செய்வதாகிய வல்லமையில் ஈடுபட்டவர்க்கு எமனிடத்திலிருந்து தப்பித்துக் கொள்ளும் காரியமும் கைகூடும். தவம் செய்தோர் எம தண்டனைக்கு ஆளாகார்.

கொல்லாமை மேற்கொண்டு ஒழுகுவான் வாழ்நாள் மேல்
செல்லாது உயிர்உண்ணும் கூற்று. ***(326)***

உலகத்தாரின் உயிரைக் கவர்கின்ற கூற்றுவன் கொல்லா விரதத்தைப் பின்பற்றி வாழ்கின்றவனுடைய ஆயுளின் மேல் கணக்கு வைத்துஅதைக் கவர்வதற்காக வரமாட்டான்.

கூற்றத்தைக் கையால் விளித்தற்றால், ஆற்றுவார்க்கு
ஆற்றாதார் இன்னா செயல். ***(894)***

திறமையுடன் காரியங்களைச் செய்து முடிக்கக் கூடியவர் களுக்கு, அத்திறமையில்லாதார் துன்பம் செய்வது, எமனைத் தானே கையால் அழைத்துக் கொள்வதுபோல் ஆகும்.

பண்டு அறியேன் கூற்று என்பதனை, இனிஅறிந்தேன்,
பெண்தங்கையால் பேர் அமர்க்கட்டு ***(1083)***

கூற்றுவன் என்று நூல்களிலே சொல்லப்படுகிறவனை இதற்குமுன் நான் பார்த்ததில்லை. இப்பொழுது அறிந்தேன். அது பெண்தன்மையுடன் பெரிதாக வைக்கப்பட்ட கண்களையும் உடையது.

கூற்றமோ, கண்ணோ, பிணையோ, மடவரல்
நோக்கம் இம்மூன்றும் உடைத்து. ***(1085)***

இப்பெண்ணின் பார்வை என்னைத் துன்புறுகின்றது; ஆதலால் எமனோ? என்னைக் கவனிக்கின்றது; ஆதலால் கண்தானோ? என்னைக் கண்டு மிரளுகிறது; ஆதலால் மானோ? இந்த மூன்று தன்மையும் இவள் கண்களில் உண்டு.

மக்களின் உயிரையும் உடம்பயும் வேறாகப் பிரிக்கும் கூற்றுவன் ஒருவன் உண்டு. அவனுக்கு எமன், காலன், தருமன், மறலி, என்ற வேறு பெயர்களும் உண்டு. அவனுக்குத் தனி உலகமும், தனித்தூதர்களும் உள்ளனர். அவன்

பாபாத்மாக்களின் உயிரைப் பறித்துச்சென்று, பாபங்களுக்குத் தக்க தண்டனை விதிப்பான். இப்புராணக் கொள்கையை மேலே காட்டிய பாடல்கள் ஒத்துக்கொள்ளுகின்றன.

அவ்வித்து அழுக்காறு உடையானைச் செய்யவள்
தவ்வையைக் காட்டிவிடும். ***(167)***

பிறர் செல்வத்தைக்கண்டு பொறாமைப் படுகிறவனைச் சீதேவி அடக்கி விடுவாள்; மூதேவியை அவனிடம் போகும் படி வழிகாட்டிவிடுவாள்.

மடிஉளாள் மாமுகடி என்ப, மடியிலான்
தாள் உளாள் தாமரையினாள். ***(617)***

செந்தாமரை மலரில் வசிக்கின்ற சீதேவியானவள் சோம்பல் இல்லாதவனுடைய முயற்சி காரணமாக அவனிடம் தங்கியிருப்பாள்; மூதேவியானவள் சோம்பேறயிடம் குடிபுகுந்திருப்பாள்.

செல்வத்தைக் கொடுப்பவள் சீதேவி. தரித்திரத்தைத் தருகிறவள் மூதேவி. இருவரும் சகோதரிகள். சீதேவி இளையவள்; தங்கை. மூதேவி மூத்தவள்; அக்காள். இது புராணீகர்களின் கொள்கை. மேலே காட்டிய பாடல்களில் இக்கொள்கை காணப்படுகின்றது.

அரும்செவ்வி இன்னாமுகத்தான் பெரும் செல்வம்
பேஎய்கண்டு அன்னது உடைத்து. ***(565)***

தன்னைப் பிறர் சந்திப்பதற்கு இடங்கொடுக்காதவனும், சந்திப்பவர்களிடம் கடுகடுத்த முகத்துடன் பேசுகின்றவனு மாகிய ஒருவனிடம் மிகுந்த செல்வம் இருந்தாலும் அதனால்

யாருக்கும் உபயோகம் இல்லை. அச்செல்வம் பேயினால் காக்கப்படுவது போன்ற செல்வமாகும்.

உலகத்தார் உண்டு என்பது இல் என்பான் வையத்து

அலகையா வைக்கப்படும். *(850)*

உலகில் உள்ளவர்கள் உண்டு என்று ஒப்புக் கொள்ளும் ஒருவிஷயத்தை, இல்லையென்று சொல்லுகிற ஒருவன், இவ்வுலகத்தில் ஒரு பேயாக வைத்து எண்ணப்படுவான்.

மேலேகாட்டிய பாடல்களிலிருந்து பேய் பிசாசுகள் உண்டு என்று அறிகிறோம்.

'பொன்காத்த பூதம்' என்பது பழமொழி. எங்கேனும் மனித சஞ்சாரம் இல்லாத இடத்தில் செல்வம் இருக்குமானால் அதைப் பேய்கள் பாதுகாத்துக் கொண்டிருக்கின்றன என்பது மக்கள் நம்பிக்கை. நிலத்தில் புதையல் இருந்தாலும் அதைப் பூதம் காத்துக்கொண்டிருப்பதாக நம்புகின்றனர்.

பாவம்செய்த மக்கள், அகாலமரணம் அடைந்த மக்கள் பேய் பிசாசுகளாகத் திரிகிறார்கள் என்பதும் புராணிகர்களின் கொள்கை. இக்கொள்கைகளை மேற்கூறிய பாடல்கள் ஆதரிக்கின்றன.

நோக்கினாள் நோக்கு எதிர் நோக்குதல் தாக்கணங்கு

தானைக் கொண்டன்னது உடைத்து. *(1082)*

அழகுடைய அவள், நான் அவளைப் பார்க்கும் போது அவளும் என்னைப்பார்த்தல், தானே தீண்டி வருத்துவதாகிய மோகினித் தெய்வம், தன்னுடைய சேனைகளையும் சேர்த்துக் கொண்டு என்னைத் தாக்குவதைப் போல இருக்கிறது.

மோகினிப்பேய் என்று ஒருவகைப்பேய் உண்டு. அது ஆடவர்களைக் கண்டு மோகம் கொள்வது போல் நடித்து அவர்களைத் துன்புறுத்தும். இப்பேயினால் பீடிக்கப் பட்டவர்கள் பிழைக்க மாட்டார்கள். ஒருவனைப் பார்த்து மோகிப்பது போலப் பாவனை செய்து ஏமாற்றுவது மோகினிப் பிசாசின் செய்கை. இக்கொள்கை சாதாரண மக்களின் நம்பிக்கை. இதையொட்டிப் பல கதைகள் கூறுவார்கள். இக்கொள்கையை மேலேயுள்ள பாடலில் காணுகின்றோம்.

15. மாமிசமும் மதுவும்

திருவள்ளுவரால் புதிதாகச் சொல்லப்பட்டிருக்கும் விஷயங்கள் இரண்டு. ஒன்று புலால் உண்ணாமை. மற்றொன்று கள்ளுண்ணாமை. இவ்விரண்டும் திருவள்ளுவர் காலத்தில் தமிழ் நாட்டில் பரப்பப்பட்ட புதிய சீர்திருத்தக் கொள்கைகள்.

தன்ஊன் பெருக்கற்குத் தான்பிறிது ஊன்உண்பரன்
எங்ஙனம் ஆளும் அருள். ***(251)***

தன்னுடைய உடம்பு பெருப்பதற்காகத் தான் மற்றொரு உடம்பின் மாமிசத்தைச் சாப்பிடுகின்றவன் எப்படி அருளைக் கையாளுவான்? அருளுடையவனாக இருக்க மாட்டான்.

படைகொண்டார் நெஞ்சம்போல் நன்று ஊக்காது ஒன்றன்
உடல்சுவை உண்டார் மனம். ***(253)***

கொலைசெய்யும் ஆயுதத்தைக் கையில் கொண்டவர்களின் மனம் நல்ல காரியத்தில் செல்லாது; கொலை செய்யும் காரியத்தையே விரும்பும்; அதுபோல ஒரு பிராணியின் உடலைச் சுவையுடன் சமைத்து உண்டவர் மனமும் மேலும் மேலும் அந்த ஊனையே விரும்புமே தவிரவே நல்ல காரியங்களில் செல்லாது.

தினல்பொருட்டால் கொல்லாது உலகெனின், யாரும்
விலை பொருட்டால் ஊன்தருவார் இல். ***(256)***

உலகத்தார் தின்னும் பொருட்டு உயிர்களைக் கொல்லா மலிருப்பார்களானால், விலை பெறுவதற்காக உயிர்களைக் கொன்று மாமிசத்தைக் கொண்டு வந்து கொடுப்பவர்கள் ஒருவரும் இருக்க மாட்டார்கள்.

கொல்லான் புலாலை மறுத்தானைக் கைகூப்பி

எல்லா உயிரும் தொழும். ***(259)***

கொல்லா விரத்தையும் மேற்கொண்டு மாமிசம் தின்னுவதையும் நீக்கியவனை எல்லாவுயிரும் கைகூப்பி வணங்கும்.

அருள் என்பது எல்லாவுயிர்களிடத்தும் பேதமில்லாமல் காட்டும் கருணையாகும். இத்தகைய கருணை மாமிசம் உண்பர்களுக்கு உண்டாகாது என்பது வள்ளுவர் கருத்து.

உண்ணற்ககள்ளை, உணில், உண்க, சான்றோரால்

எண்ணப்பட வேண்டாதார். ***(921)***

அறிவுடையவர் கள்ளை உண்ணக்கூடாது; உண்ண நினைப்பாராயின் அறிவுடையவர்களின் மதிப்பு, தனக்கு வேண்டாம் என்று நினைப்பவர் உண்ணட்டும்.

கள்ளுண்பவர் அறிவையிழப்பர்; அறிவுடையவர்களால் மதிக்கப்படமாட்டார்.

ஈன்றாள் முகத்தேயும் இன்னாதால், என்மற்றுச்

சான்றோர் முகத்துக் களி. ***(923)***

கள்ளுண்டவன் தன் தாயின் எதிரில் கூட மதிக்கப்பட மாட்டான்; மானம் இழப்பான். ஆகவே கள்ளுண்டு மயங்கியவன் சான்றோர்களின் எதிரில் எந்த நிலையை அடைவான்?

களித்தறியேன் என்பது கைவிடுக, நெஞ்சத்து
ஒளித்ததூஉம் ஆங்கே மிகும். ***(928)***

கள்ளுண்டு அறியமாட்டேன் என்று பொய் சொல்லு வதைவிட்டு விடுக; கள்ளுண்டு களித்திருக்கும் சமயத்தில் முன்பு சொல்லிய பொய்யும் வெளிப்பட்டுவிடும்.

களித்தானைக் காரணம் காட்டுதல், கீழ்நீர்க்
குளித்தானைத் தீத்துரீஇ அற்று. ***(929)***

கள்ளுண்டு களித்திருப்பவனுக்கு நீ கள்ளுண்ணக் கூடாது என்று காரணங்கள் காட்டி விளக்கிக் கூறுவதால் பயனில்லை. அவ்வாறு செய்வது நீருக்குள் மூழ்கி யிருப்பவனை விளக்கைக் கொண்டு தேடுதல் போல ஆகும்.

கள்ளுண்ணாப் போழ்தில் களித்தானைக் காணுங்கால்,
உள்ளான்கொல், உண்டதன் சோர்வு. ***(930)***

கள்ளுண்பவன், கள்ளுண்ணாமல் சுயபுத்தியுடன் இருக்கும் சமயத்தில், கள்ளுண்டு மயங்கிய மற்றொருவன் செய்யும் காரியங்களைப் பார்த்தால், தான் கள்ளுண்டு மயங்கிய சமயத்தில் செய்யும் காரியங்களைப் பற்றி நினைக்காமலிருப்பானா?

மது மாமிசங்கள் முன்னோர் நூல்களில் மறுக்கப்பட வில்லை. வேதங்களில், வேதகாலத்து மக்கள், மாடு, ஆடு போன்ற

பலவகை மிருகங்களை வேட்டையாடியும், யாகஞ் செய்தும் உண்டனர். சோமலதையின் சாற்றைப் புனிதமாகக் கருதி உண்டு மயங்கினர்.

தமிழ் இலக்கியங்களிலும் திருக்குறளுக்கு முந்திய எந்த இலக்கியங்களிலும் மாமிசமும் மதுவும் விலக்கப்பட வில்லை; இவைகளை உண்பதால் பழிபாவம் வரும் என்று கூறப்படவும் இல்லை. சங்க நூல்களின் காலத்தில் இருந்த தமிழ்மக்கள் எல்லோரும் மாமிசமும் மதுவும் உண்டு மயங்கி மகிழ்ந்தார்கள் என்பதைச் சங்க இலக்கியங்களிலே காணலாம்.

துன்னல் சிதாஅர் நீக்கித், தூய
கொட்டைக் கரைய பட்டுடை நல்கிப்,
பெறல் அரும் கலத்தில், பெட்டாங்கு உண்கெனப்,
பூக்கமழ் தேறல் வாக்குபுதரத்தர,
வைகல் வைகல், கைகவி பருகி, *(154-158)*

நீங்கள் கரிகால் பெருவளத்தானிடம் சென்றால் அவன் உங்களுடைய பல தையல்களுள்ள நைந்த துணியை அவிழ்த்து எறியும்படி செய்வான்; சுத்தமான கொட்டைக் கரை போட்ட பட்டாடை கொடுப்பான்; கிடைப்பதற்கு அருமையான பாத்திரத்தில், வேண்டிய அளவு உண்ணுங்கள் என்று சொல்லி பூமணம் வீசும் கள்ளை ஊற்றிக் கொடுக்கக் கொடுக்க, ஒவ்வொரு நாளும் பெற்றுக் கைகூப்பி வணங்கிக் குடித்து மகிழ்வீர்கள்.

இது பொருநர் ஆற்றுப்படை. பொருநர் ஆற்றுப் படை யென்பது பத்துப் பாட்டில் ஒரு பாட்டு. இது இளஞ் சேட்சென்னி என்னும் சோழமன்னவன் புதல்வனாகிய கரிகால் பெருவளத் தான் என்னும் சோழமன்னனைப் பற்றி முடத்தாமக் கண்ணியார் என்னும் புலவரால் பாடப்பட்டது.

வல்லோன் அட்ட பல்ஊன் கொழுங்குறை
அரிசெத்து உணங்கிய பெரும்செந்நெல்லின்
தெரிகொள் அரிசித் திரள்நெடும் புழுக்கல்
அரும்கடித் தீம்சுவை அமுதொடும் பிறவும்
விருப்புடை மரபில் காப்புடை அடிசில்
மீன்பூத்தன்ன வான்கலம் பரப்பி
மகமுறை மகமுறை நோக்கி முகன் அமர்ந்து
ஆனா விருப்பில் தான்நின்று ஊட்டி *(472-479)*

சமையல் செய்வதில் வல்லவன் சமைத்த பலவகையான இறைச்சிகளின் கொழுப்பான தசைகள், நன்றாகக் காயவைத்த சிறந்த செந்நெல்லிலிருந்து தேர்ந்தெடுக்கப் பட்ட அரிசியால் சமைத்த சோறு, நல்ல வாசனையும் இனிமையும் பொருந்திய தித்திப்பு உணவு, இன்னும் மற்ற பண்டங்கள், விருப்பத்துடன் உண்ணக்கூடிய சிறந்த உணவு ஆகியவைகளை பெரிய வெள்ளிப் பாத்திரங்களிலே பரிமாறுவான்.

உங்களுடைய குழந்தைகளின் முகங்களை வரிசை வரிசையாக நோக்கி மகிழ்ச்சி அடைவான். மிகுந்த அன்புடன் தானே உணவுகளை எடுத்து அவர்கள் வாயில் ஊட்டுவான். உங்களையும் உண்ணச் செய்வான்.

இது பெரும்பாணாற்றுப்படை. பெரும்பாணாற்றுப் படையென்பது பத்துப் பாட்டில் உள்ள மற்றொரு பாடல். இப்பாடல் காஞ்சியை யாண்ட மன்னவனாகிய தொண்டைமான் இளந்திரை யனைப்பற்றிக் கடியலூர் உருத்திரங்கண்ணனார் என்னும் புலவரால் பாடப்பட்டது.

சிறியகள் பெறினே எமக்கு ஈயும் மன்னே,
பெரியகள் பெறினே
யாம்பாடத் தான்மகிழ்ந்து உண்ணும் மன்னே

சிறுசோற்றானும் நனிபல கலத்தன் மன்னே
பெரும்சோற்றானும் நனிபல கலத்தன் மன்னே
என்பொடு தடிபடு வழியெல்லாம் எமக்கீயுமன்னே
அம்பொடு வேல்நுழை வழியெல்லாம் தான்நிற்கும் மன்னே

(235 புறநா)

சிறிது கள் கிடைத்தால் அதனை எங்களுக்குக் கொடுத்து விடுவான். அதிகமான கள் கிடைத்தால் அதனை நாங்கள் உண்டு பாடல் பாட, மிஞ்சியதை அவனும் மகிழ்ந்து உண்ணுவான். கொஞ்சம் சோறு கிடைத்தாலும், அதைப் பல பாத்திரங்களில் பரிமாறிப் பலருடன் உண்பான். அதிக சோறு கிடைத்தாலும் பல பாத்திரங்களில் பரிமாறிப் பலரோடும் உண்பான். எலும்பும் தசைகளும் கலந்த உணவு கிடைக்கும் இடங்களையெல்லாம் எங்களுக்குக் கொடுப்பான். அம்பும் வேலும் நுழைந்து வரும் போர்க்களங்களில் எல்லாம் தான் சென்று முன்னிற்பான்.

இப்பாடல் அதியமான் நெடுமான் அஞ்சி என்னும் அரசனைப்பற்றி அவ்வையார் பாடியது. அவன் இறந்த போது, அவன் பெருமையைப் பற்றிக் கூறி வருந்தியது.

மேலே கூறிய பாடல் பகுதிகளிலிருந்து, தமிழ் நாட்டிலும் மது மாமிசம் உண்டல் இழிவாகக் கருதப்பட வில்லை; விலக்கப் படவில்லை; என்பதை உணரலாம்.

புத்த மதமும், ஜைனமதமும் பரவிய காலத்தில் மாமிசம் உண்ணாமைதான் உயிர்க்கருணை அதாவது ஜீவகாருண்யம் என்னும் கொள்கை இந்தியாவில் பரவிற்று. வேகத்தை அடிப் படையாகக் கொண்ட மதங்களும் இக்கொள்கையை ஏற்றுக் கொண்டன. புத்த, சமண மதங்களை எதிர்த்துப் பிரசாரம் செய்து இந்துமத ஆச்சாரியார்கள் அனைவரும், புலால்

உண்ணாமையையும் மதச் சீர்திருத்தமாகக் கொண்டனர். இக் கொள்கையையே திருவள்ளுவரும் கூறினார்.

தமிழ் நூல்களிலே முதல் முதலில், மதுவையும் மாமிசத்தையும் கண்டித்து எழுதிய நூல் திருக்குறள்; அவைகளை முதல் முதலில் கண்டித்தவர் திருவள்ளுவர். தமிழ் நூலாராய்ச்சி யுடையவர்கள் இவ்வுண்மையை அறிவார்கள்.

16. முடிவுரை

மேலே நாம் எடுத்துக் காட்டிய பகுதிகளிலிருந்து திருக்குறள் ஆசிரியரின் கொள்கைகளைத் தெரிந்து கொள்ளலாம்.

இவ்வுலகத்தையும் உயிர்களையும் சிருஷ்டித்த கர்த்தா ஒருவர் உண்டு; அவரை வணங்குதல் மக்கள் கடமை. அவருக்கு உருவம் அமைத்துத் தினப்படி பூஜை செய்தல் வேண்டும். திருவிழாச் செய்தல் வேண்டும்.

பிறப்பினால் உயர்வு தாழ்வு உண்டு. ஒவ்வொருவரும் தமது குலாச்சாரத்தைப் பின்பற்றி நடக்கவேண்டும். நால்வகை ஆஸ்ரமதர்மங்களை அனுஷ்டிக்க வேண்டும். பிராமணர்கள் தங்களுடைய ஆசாரத்தைத் தவறாமல் பின்பற்ற வேண்டும். அவர்கள் வேதம் ஓதுவதற்கும், வேள்விகள் செய்வதற்கும் அரசன் ஆதரவு அளிக்க வேண்டும்.

மறுபிறப்பு உண்டு. பிறவிகள் எண்ணற்றவை. ஒவ்வொரு வரும் தம்முடைய வினைகளுக்குத் தகுந்தபடி பிறந்தது, இறந்து சுகதுக்கங்களை அனுபவிக்கின்றனர். வினையின் பயனை ஒவ்வொருவரும் கட்டாயம் அனுபவித்தே தீரவேண்டும்; விதிப்பயனை யாரும் மீறமுடியாது.

குடும்பதன் பிதிர்க்களைத் திருப்தி செய்யச் சிரார்த்தம் முதலிய கர்மங்களைச் செய்ய வேண்டும். நல்ல காரியங்களைச் செய்பவன் சுவர்க்கத்தை அடைவான்; அங்குள்ள இன்பங்களை அனுபவிப்பான். கெட்ட காரியங்களைச் செய்பவன் நகரத்தை அடைவான்; அங்குள்ள

கஷ்டங்களை அனுபவிப்பான். சுவர்க்கத்தைக் காட்டிலும் மோட்சம் உயர்ந்தது. கடவுளைத் தவிர மற்ற எல்லா ஆசைகளையும் விட்டவனே மோட்சமடைய முடியும். மோட்சத்தை வேண்டுகிறவன் நிஷ்காமிய கருமங்களையே செய்ய வேண்டும்.

பெண்கள் சுயேச்சை யற்றவர்கள். ஆண்களுக்கு அடங்கி நடக்கவேண்டும். இதுவே அவர்களுடைய தர்மம். பெண்களின் சொல்லைக் கேட்பவன் இம்மையினும் மறுமையிலும் கஷ்டப் படுவான்.

புராணங்களில் கூறப்படும் கதைகள், எமன், மூதேவி, சீதேவி, இந்திரன், தேவர்கள், பேய், மோகினிப் பேய் முதலியவைகள் உண்மையானவை.

இவைகள் எல்லாம் திருக்குறளில் காணப்படும் விஷயங்கள். ஆகையால் திருவள்ளுவர் கூறியிருப்பவைகள் எல்லாம் வேத புராணமிருதிகளை அனுசரித்தவை என்பது உண்மை.

திருக்குறளுக்கும் ஸ்மிருதிகளுக்கும் ஒரு வேற்றுமை உண்டு. ஸ்மிருதிகளில் நான்கு வருணத்திற்கும் தனித் தனியாக ஒழுக்கங்கள் கூறப்படுகின்றன. அரச நீதியிலும் கூட ஒவ்வொரு ஜாதியினர்க்கு ஒவ்வொரு நீதி வழங்குமாறு கூறப்படுகின்றது. ஆனால் குறளில் இப் பிரிவு இல்லை. பல ஒழுக்கங்கள் எல்லோர்க்கும் பொதுவாகக் கூறப்படுகின்றன. அரச நீதியைப் பற்றிக் கூறும்போது அங்கும் ஜாதிக்கொரு நீதியாகப் பிரித்துக் கூறப்படவில்லை. எல்லா மக்களுக்கும் ஒத்த நீதி வழங்குமாறு கூறப்படுகின்றது. இது திருவள்ளுவர்க்குரிய ஒரு தனிப்பட்ட சிறப்பாகும். இதைத் தவிர அவரால் கூறப்பட்ட ஒழுக்கங்களோ, நீதிகளோ, முறைகளோ, ஒன்றும் முன்னோர் நூல்களுக்கு முரண்பட்ட தல்ல. ஒரு தனிப்பட்ட நாகரிகத்தையோ, ஒரு தனிப் பட்ட

கொள்கையையோ, ஒரு தனிப்பட்ட கலாச்சாரத்தையோ விளக்குகிறது என்று சொல்லுவதற்கும் இடமில்லை.

உண்மை இவ்வாறு இருந்தாலும், ஒவ்வொரு மதத்தினரும், திருவள்ளுவரைத் தங்கள் மதத்தைச் சேர்ந்தவர் என்று சொல்லிக் கொள்ள ஆசைப்படுகின்றனர். அவர்கள் தங்கள் மதக்கொள்கைகளைத் திருவள்ளுவர் சொல்லி யிருப்பதாகத் திருக்குறளிலிருந்தே ஆதரவும் காட்டுகின்றனர்.

வள்ளுவர் கடவுள் வாழ்த்தில் குறிப்பிடும் ஆதிபகவன், எண்குணத்தான், மலர்மிசை ஏகினான் போன்ற பெயர்களெல்லாம் அருகக் கடவுளைக் குறிக்கும் பெயர்கள். சைனர்கள் கொல்லா விரதத்தையே மிகச் சிறந்ததாகப் போற்றுபவர்கள். திருவள்ளுவரும் கொல்லாமையையும், புலால் உண்ணாமையையும் மிகவும் வலியுறுத்திக் கூறுகிறார். குறள், சைனர்களால் பாடப்பட்ட நாலடி யாரோடு ஒத்திருக்கிறது. பிற்காலத்தினர் பல பாடல்களைத் திருத்தி விட்டனர். திருத்தப்படாத பழைய குறள் பாட்டுகளில் சைனமதத் தத்துவங்களே நிறைந்திருக்கின்றன. ஆதலால் திருவள்ளுவர் சைன மதத்தைச் சேர்ந்தவர் என்று சொல்லுகின்றனர்.

மலர்மிசை ஏகினான், அறவாழி அந்தணன், தனக் குவமை யில்லாதான் என்ற சொற்கள் புத்தரைக் குறிக்கும் சிறந்த பெயர்கள். இவைகளைத் திருவள்ளுவர் கடவுள் வாழ்த்தில் கூறியிருக்கிறார். புத்த மதம் தென்னாட்டில் பரவிய காலத்தில் தான் புலால் உண்ணுதல் ஜீவகாருண்யத் திற்கு விரோதம் என்ற கோட்பாடும் பரவிற்று. அதனையே திருவள்ளுவரும் புலால் உண்ணாமை என்ற அதிகாரத்தில் வலியுறுத்திச் சொல்லியிருக் கிறார். ஆகையால் திருவள்ளுவர் புத்த மதத்தைப் பின்பற்றியவர் தான் என்று புத்தர்கள் சொல்லுகின்றனர்.

கிறிஸ்துவர்கள் திருக்குறளில் ஏசுநாதரின் உபதேசங்கள் பல அடங்கியிருக்கின்றன. திருவள்ளுவர் மயிலாப்பூரில் வசித்தவர். அவர் காலத்தில் செயின்ட் தாமஸ் போன்ற கிறிதுவ மதப்பிரச்சாரகர்கள் மயிலாப்பூரில் வந்து இறங்கினர். மற்றும் பல கிறிஸ்துவர்கள் அவருடன் வந்தனர். அவர்களின் மூலம் திருவள்ளுவர் ஏசுவின் உபதேசங்களை அறிந்தார். அவைகளைத் திருக்குறளில் அமைத்து எழுதினார் என்று கூறுகின்றனர்.

பூவேறு நான்முகன் என்பது திருவாசகம். எரியாய தாமரை மேல் இயங்கினாரும் என்பது தேவாரம். ஆகையால் மலர்மிசை ஏகினான் எனத் திருவள்ளுவர் சிவ பெருமானைத் தான் குறிப்பிடுகிறார் என்று சைவர்கள் கூறுகின்றனர். திருவள்ளுவர்க்குச் சிவனடியார் உருவத்திலேயே சிலை செய்து வைத்துக் கோயில் கட்டியிருக்கின்றனர். அவருக்கு நாயனார் என்ற சிவனடியார்க்குரிய பட்டப் பெயரும் அளித்துவிட்டனர்.

தண்டாமரை சுமக்கும் பாதப் பெருமான் என்பது திருவாய் மொழி. இக்கருத்துடையதே மலர் மிசை ஏகினான் என்பது தாமரைக் கண்ணான் உலகு என்று வள்ளுவர் சொல்லியிருக்கிறார். திருக்குறளுக்கு உரைகண்ட பரிமேலழகர் ஒரு வைணவர்.

மற்றும் வைஷ்ணவ சமய நூல்களில் திருக்குறளை எடுத்தாண்டிருக்கிறார்கள். ஆகையால் திருவள்ளுவர் விஷ்ணு பக்தர் என்று சொல்லுகின்றனர்.

இவ்வாறு ஒவ்வொருவரும் திருவள்ளுவரைத் தங்கள் தங்கள் மதத்தைச் சேர்ந்தவர் என்று சொல்லும் போது தங்கள் கொள்கைக்கு மாறாக அவர் சொல்லியிருப்பதை விட்டு

விடுகின்றனர். தங்கள் கொள்கைக்கு ஆதரவு அளிக்கும் குறள்களை மாத்திரம் எடுத்துக் காட்டுகின்றனர்.

ஒவ்வொருவரும் இவ்வாறே திருக்குறளில் தங்களுக்கு வேண்டாதவைகளைக் கழித்து விட்டு, அல்லது அவைகள் பிறரால் சேர்க்கப்பட்டன என்று சொல்லிவிட்ட தங்களுக்கு வேண்டியவற்றை மாத்திரம் எடுத்துக் கொள்ளுவார் களானால் இன்றுள்ள குறள் முழு வடிவத்துடன் இருக்க முடியாது. சைனர் குறள், புத்தர் குறள், சைவர் குறள், வைணவர் குறள், கிறிதுவர் குறள், திராவிடர் குறள், ஆரியர் குறள் என்று பல குறள்களாகி விடும். பிறகு திருவள்ளுவர் இயற்றிய குறள் எது என்பதிலேயே தகராறு வந்துவிடும். ஒவ்வொருவரும் தாம் தாம் கூறுவதுதான் திருவள்ளுவர் குறள் என்பார்கள். இதனால் திருவள்ளுவரின் உண்மைக் குறளை அறிய முடியாமல் மக்கள் திகைப்பார்கள். ஆகையால், இம்முறை இத்தகைய ஆராய்ச்சி முறை பாராட்டத் தகுந்ததல்ல. எல்லோர்க்கும் பொதுவான ஒரு நூலை, ஒரு கூட்டத்தார்க்கு மாத்திரம் உரியது என்று காட்ட முயற்சிப்பது, திருவள்ளுவர்க்குச் சிறப்பளிப்பதாகாது. குறளை அப்படியே வைத்து அதன் உண்மைக் கருத்தை அறிந்து கொள்வதுதான் ஆராய்ச்சிக்குச் சிறந்த சாதனமாகும்.

முஸ்லிம்களுக்கு வழிகாட்டும் நூல் கொரான்; கிறிஸ்தவர் களுக்கு பைபிள்; புத்தர்களுக்குத் திரிபிடகம். இந்து மதத்தில் உள்ளவர்களுக்கு, வேதாந்த சூத்திரத்திற்கு ஒவ்வொரு ஆச்சாரியார்கள் செய்த பாஷ்யங்கள் வழிகாட்டிகளாக இருக்கின்றன. இவைகளைப் போலத் திருக்குறளை ஒரு மதநூல் என்று கூறமுடியாது. பழையவேத புராணங்களின் சாரங்களைத் திரட்டிக்கூறும் நூலேயன்றி, ஒரு மதத்தினர்க்கோ, ஒரு வகுப்பினர்க்கோ இது வழிகாட்டும் நூலாக இருக்க முடியாது. உலகத்தார் எல்லோரும் படிக்க வேண்டிய உயர்ந்த நூல். பல உண்மைகளை விளக்கும் சிறந்த நூல். ஆராய்ச்சிக்குரிய ஓர் ஒப்பற்ற அரிய நூல். திருக்குறளை

ஒருமுறை ஊன்றிப் படிப்போர் இவ்வுண்மையை உணர்ந்து கொள்ளலாம்.

★★★

9 788168 604209

Printed at Repro India Ltd.